அஞ்சு செகண்ட் அட்டகாசம்!

Dr. சசித்ரா தாமோதரன்

அஞ்சு செகண்ட் அட்டகாசம்!

டாக்டர் சசித்ரா தாமோதரன்

டிஸ்கவரி பப்ளிகேஷன்ஸ்
எண்: 9, பிளாட் எண்: 1080A, ரோஹிணி பிளாட்ஸ்
முனுசாமி சாலை, கே.கே.நகர் மேற்கு,
சென்னை - 600 078. பேச: 99404 46650.

அஞ்சு செகண்ட் அட்டகாசம்!
டாக்டர் சசித்ரா தாமோதரன்©

ANJU SECOND ATTAKAASAM!
Dr. Sasithra Dhamodharan©

ஓவியங்கள்: P.R.Rajan
First Edition: April - 2022
வெளியீட்டு எண்: 0152
ISBN: 978-93-91994-45-7

Print in India
Pages 216
Rs. 250

Publisher • Sales Rights

Discovery Publications
No. 9, Plot,1080A,
Rohini Flats, Munusamy Salai,
K.K.Nagar West, Chennai - 78.
Tamilnadu, India.
Mobile: +91 99404 46650

Discovery Book Palace (P) Ltd
No. 6, Mahaveer Complex,
Munusamy Salai, K.K.Nagar West,
Chennai-600 078.
Ph: (044) 4855 7525
Mobile: +91 87545 07070

discoverybookpalace@gmail.com
WWW.DISCOVERYBOOKPALACE.COM

இந்த நூலில் பிரசுரமாகியுள்ள எந்த ஒரு பகுதியையும் பதிப்பாளரின் எழுத்துபூர்வமான முன்அனுமதி பெறாமல் எடுத்தாள்வதோ, மறுபிரசுரம் செய்வதோ, மொழியாக்கம் செய்வதோ, அச்சு மற்றும் மின்னணு ஊடகங்களில் மறுபதிப்பு செய்வதோ, காப்புரிமைச் சட்டப்படி தடை செய்யப்பட்டுள்ளது. இந்த நூலிலிருந்து குறிப்பிட்ட பகுதிகளை மேற்கோள் காட்டி புத்தக விமர்சனம் செய்ய, ஊடகங்களுக்கு மட்டும் அனுமதி உண்டு.

உங்கள் மொபைல் போனிலிருந்து ஸ்கேன் செய்து டிஸ்கவரி புக் பேலஸின்
மொபைல் ஆப்பை டவுன்லோடு செய்து, புத்தகங்களை வாங்குங்கள்.

கடுகைத் துளைத்து
ஒரு கடலைப் புகட்டி!

ஆரம்பத்திலேயே சொல்லிவிடுகிறேன்... இது இந்த நூலுக்கான மதிப்புரை அல்ல... பாராட்ட வேண்டுமே என்ற சம்பிரதாயத்துக்காக எழுதிய வார்த்தைகளும் அல்ல!

ஜன்னலைத் திறந்ததும் வருமே காற்று... அதைப்போல, 'அஞ்சு செகண்ட் அட்டகாசம்!' புத்தகத்தைப் படித்ததுமே, நான் எழுதும் பேனாவுக்கே தெரியாமல் வந்து விழுந்த வார்த்தைகள்தான் இவை.

மொத்தம் 100 கடுகுகள்.

ஒவ்வொரு கடுகுக்குள்ளும் ஒரு கடல் இருப்பதுதான் வியப்பு! 'வள்ளுவனின் வகுப்பறை'யில் தொடங்கி, 'தொடரும்...' என முடிகிறது இந்தக் கடுகுகளின் வரிசை.

வள்ளுவனின் எழுதுகோலுக்கு வார்த்தைகள் கை கோர்த்ததைப் போலவே, டாக்டர் சசித்ரா தாமோதரன் அவர்களின் பேனாவுக்கும் கட்டுப்பட்டு, கதைகள் கைகோர்த்து நிற்பதை ஓர் அதிசயமாகவே பார்க்கிறேன்.

எதைச் சொல்ல..? எதை விட..?

புத்தகத்தின் ஒவ்வொரு பக்கத்திலும் வெகு சாதாரணமாகத் தொடங்கும் வார்த்தைகள், கதையின் கடைசி வரியில் என்னைப் புரட்டிப்போட்டதை நான் ஒப்புக்கொள்ளத்தான் வேண்டும்.

சில வரிகள் மனதைக் கனக்க வைத்தன.

'கண் பார்வையற்ற அந்தப் பெண் பாடிக்கொண்டிருந்தாள், விரித்த துணியில் எதுவும் விழுந்ததாய்த் தெரியவில்லை... அவளது வீடியோவை ஷேர் செய்திருந்த அந்த நபருக்கு மட்டும் நிறையவே விழுந்தன லைக்குகளும் ஷேர்களும்!'

'எஸ்கலேட்டரின் முதல்படியில் தயங்கியபடி காலை எடுத்து வைத்தாள்... தடைதாண்டும் ஓட்டப்பந்தயத்தில் ஆறேழு முறை தொடர் வெற்றிகளைப் பெற்ற வீராங்கனையான அனிதா!' - இன்னொரு விதமான இயல்பு.

மனதை வலிக்க வைக்கும் டாக்டரின் பேனா, சில கதைகளில் நம்மைச் சிரிக்கவும் வைக்கின்றன.

அதில் 'இருகோடுகள்' முதலாவதாகவும், 'கடலோரக் கவிதை' இரண்டாவதாகவும், 'ககககபோ' மூன்றாவதாகவும் என் மனதைக் கொள்ளை கொண்டவை.

‘திருஷ்யம்’ 13 வரிகளில் ஒரு குட்டி க்ரைம் நாவல் என்றே சொல்லலாம்.

அதிலும், ‘சுயசரிதை’, டாக்டர் சசித்ராவின் பெற்றோரின் வாழ்க்கைக் கதை என்பதை நெகிழ்வுடன் இங்கு பகிர்கிறேன்.

இது, ‘அஞ்சு செகண்ட் அட்டகாசம்’ அல்ல, ஒவ்வொரு பக்கத்தையும் படித்து முடிக்க அஞ்சு செகண்ட்தான் ஆகிறது என்றாலும், கதையின் பாதிப்புகள் அடுத்தப் பக்கத்துக்குப் போகவிடாமல் அஞ்சு நிமிஷம் வரை பிடித்துவைத்துக்கொள்கிறது.

அப்படி நம்மைத் தேங்க வைக்க, ஏதாவது ஒரு விஷயம் எல்லாக் கதைகளிலும் இருக்கிறது என்பதுதான் இதில் சிறப்பு.

ஓர் எழுத்தாளனின் கடமை எழுதுவது மட்டுமல்ல, மற்ற படைப்பாளிகளின் நல்ல படைப்புகள் வரும்போது பாராட்ட வேண்டும் என்பதும்தான்.

அப்படி ஒரு நல்ல படைப்பைப் பாராட்டுவதன் மூலம், ஒரு கடமையைச் செய்துவிட்ட நிறைவும் இப்போது என்னுடைய மனதுக்குக் கிடைத்துவிட்டது!

வாழ்த்துகள் டாக்டர் சசித்ரா தாமோதரன்!

அன்புடன்,

ராஜேஷ்குமார்

என்னுரை

மீச்சிறுகதைகள்..!

"இந்த உலகம் ஒவ்வொருவருக்குமான மீச்சிறு நிகழ்வுகளாலும் மீச்சிறு கதைகளாலும் ஆனது!"

என்னுடைய எழுதும் ஆர்வம், சில வருடங்களுக்கு முன்பு ஒரு வாட்சப் குழுவில்தான் தொடங்கியது.

குழுவின் சிற்சில விவாதங்களில் என்னுடைய வாதங்களையும், நான் கூறிய கருத்துகளையும் பார்த்த அன்பு நண்பர் மீனாட்சி சுந்தரம், "உங்களுக்கு விஷயங்களை நன்றாகச் சொல்லவருகிறதே..! நீங்கள் ஏன் தமிழில் தொடர்ந்து எழுதக்கூடாது?" என்று எனது கைகளில் எழுதுகோலைக் கொடுத்தார்!

அப்படி எழுதத் தொடங்கியபோது, எதையும் சுருக்கமாகவும் சுவையாகவும் சொல்வதற்கென எடுத்த முதல் முயற்சிதான், இந்த மீச்சிறுகதைகள் எனும் குறுங்கதைகள் முயற்சி.

ஐந்து வார்த்தைகளில், ஐந்து வரிகளில், சமயங்களில் சற்றே நீளமாக என்றாலும் அங்கு எழுதிப்பார்த்த அனைத்தும் சுவையான, 'அஞ்சு செகண்ட் அட்டகாச' முயற்சிகள்தான்!

அவ்வப்போது மின்னல்போலத் தோன்றி மறையும் விஷயங்கள், அன்றாட நிகழ்வுகள், ஆங்காங்கே பார்த்த,

படித்த, கேட்ட விஷயங்கள் என அனைத்தையும், என்னுடைய பாணியில் எழுதிய கதைகளில், எனக்கு மிகவும் பிடித்து, உங்களுக்கும் பிடிக்கும் என்ற எண்ணத்தில், ஒரு 100 கதைகளை மட்டும் தேர்ந்தெடுத்து, இங்கே அளித்துள்ளேன்.

காதல், க்ரைம், மருத்துவம், தத்துவம், இயற்கை, வாழ்க்கை, குழந்தைகள், சிந்தனைகள் என பல்வேறு விஷயங்களை மீச்சிறுகதைகளாக எழுதியுள்ளேன். இதிலிருக்கும் எந்தக் கதையை நீங்கள் படித்தாலும் ஓர் ஆச்சர்யத்தையோ, சிந்தனையையோ, சிலிர்ப்பையோ, புன்னகையையோ உணராமல் உங்களால் கடக்க முடியாது என்பதை மட்டும் என்னால் உறுதியாகக் கூறமுடியும்.

"விவரித்து எழுதப்படும் நாவல்கள், திருமணம் முடிப்பதைப் போல ஒரு அரேஞ்சுடு வெர்ஷன் என்றால்... விநாடிகளில் சொல்லப்படும் ஃப்ளாஷ் கதைகள், காதலைச் சொல்வதைப் போன்ற ஒரு சடன் சர்ப்ரைஸ்!" என்கிறார், பிரபல ஆங்கில ஃப்ளாஷ் கதைகள் எழுத்தாளரான லோரீ.

இதிலிருக்கும் கதைகளும், காதலைச் சொல்வது போன்ற அதே சடன் சர்ப்ரைஸ்கள்தான்.

நீங்களும் காதலிக்கத் தயாராகுங்கள்... இந்த 'அஞ்சு செகண்ட் அட்டகாசம்' எனும் மீச்சிறுகதைகளை.

நிச்சயம் உங்களுக்கு ஒரு வித்தியாசமான வாசிப்பு அனுபவத்தைத் தரும்!

— டாக்டர் சசித்ரா தாமோதரன்.

அகர முதல எழுத்தெல்லாம் ஆதி
பகவன் முதற்றே உலகு.

வள்ளுவனின் வகுப்பறை

வள்ளுவன் உள்ளே நுழைந்தபோது, அறையெங்கும் சிதறிக்கிடந்தன எழுத்துகள் அனைத்தும்.

அவை ஒன்றோடு ஒன்று சண்டையிட்டும், சத்தமிட்டும், சலசலத்துக் கொண்டுமிருந்தன. அமைதி காக்கும்படி வள்ளுவன் பலமுறை சொல்லியும் அவை கேட்பதாயில்லை.

யோசித்தபடியே ஓலைச்சுவடியை எடுத்த வள்ளுவன், அடுத்து எழுதுகோலையும் தன் கைகளில் எடுத்தவுடன், அவை அமைதியுடன் கைகோர்த்து, 'அகர முதல எழுத்தெல்லாம்...' என்று அடுத்தடுத்த வரிசையில் வந்து அமர்ந்தன!

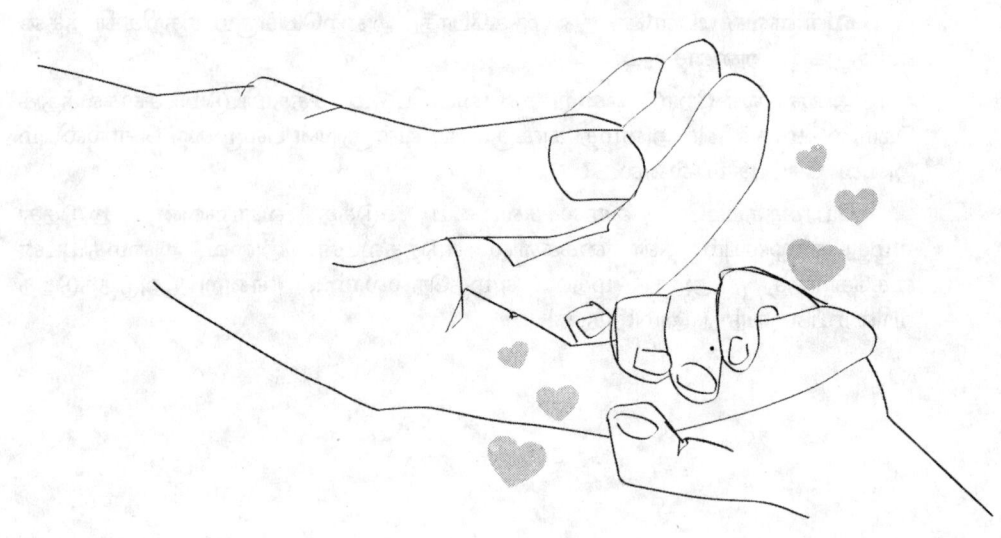

அப்பா

அப்பா தூங்கிய பின், அவரது விரல்களைப் பிடித்து, "ஐ லவ் யூப்பா" என்றேன்.

மெல்லிய குரலில், "தெரியும்டா..." என்றார் அப்பா!

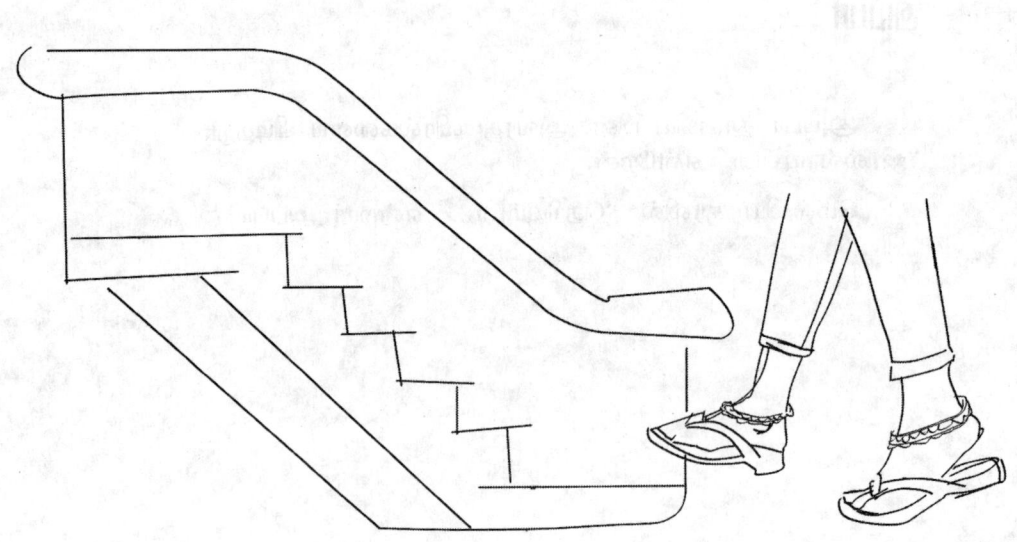

முயற்சி

"அம்மா... ஒண்ணுமில்லம்மா... இந்தப் படியில காலை வைச்சாப் போதும், அதுவே மேலே கூட்டிட்டுப் போயிரும். தைரியமா வா." என்றபடி கையைப் பிடித்து இழுக்கும் ஐந்து வயது மகளை சந்தோஷத்துடன் பார்த்தவாறே, எஸ்கலேட்டரின் முதல்படியில் தயங்கியபடி காலை எடுத்து வைத்தாள்...

...தடை தாண்டும் ஓட்டப்பந்தயத்தில் பலமுறை தொடர் வெற்றிகளைப் பெற்ற வீராங்கனையான அந்த அம்மா!

படிப்பு

புத்தகங்களை ஒன்றின்மீது ஒன்றாக அடுக்கிக் கொண்டிருந்தேன். மலைபோல உயர்ந்தன புத்தகங்கள். மெதுவாக, அந்தப் புத்தக மலையின் மீது ஏறத்தொடங்கினேன்...

அதன் உச்சியை அடைந்தவுடன்,

சூரியன் உதிக்கக் கண்டேன்!

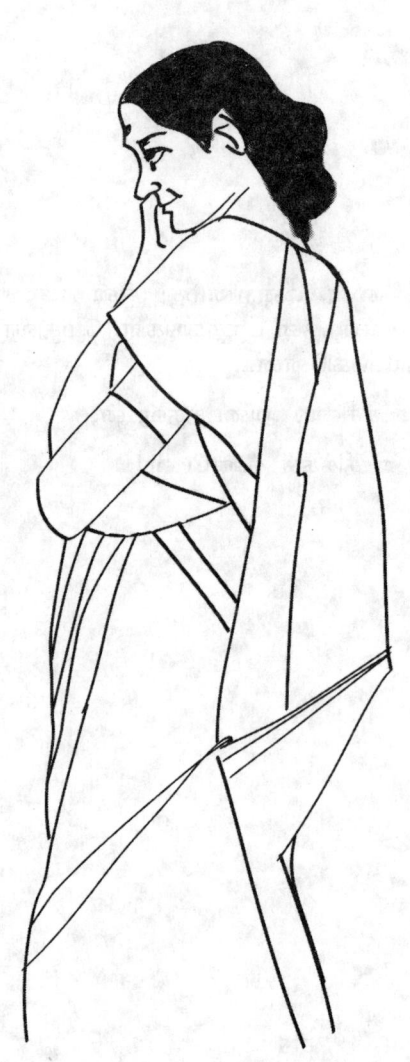

வீக் எண்ட்

"இது அநியாயம்மா" என்றான் விஷ்ணு.

"எது?" என்றாள் அம்மா.

"இப்பத்தான் வீக் எண்ட் வந்தமாதிரி இருந்துச்சு... அதுக்குள்ள முடிஞ்சுருச்சு... நாளைக்கு திரும்ப ஸ்கூலுக்குப் போகணும்" என்றான் வருத்தத்துடன்.

"இதுல என்ன அநியாயம் இருக்கு?"

"இல்லையா பின்ன... வெள்ளிக்கும் திங்களுக்கும் நடுவுல ரெண்டு நாள்தான் இருக்கு. ஆனா ஞாயிறுக்கும் சனிக்கும் நடுவுல மட்டும் அஞ்சு நாள் இருக்கே" என்று சலித்துக்கொண்ட விஷ்ணுவிடம்,

"அடேய்... ஸ்டூடண்டா இருந்தப்ப, இப்படித்தான் புலம்பின... ஆனா இப்ப ஸ்கூல் பிரின்சிபால் ஆன பின்னயும் அதேமாதிரி புலம்பினா எப்பிடி?" என்று நகைத்தவாறே உள்ளே சென்றாள் அம்மா!

சொர்க்கம்

"**பி**றந்தது ஏழை விவசாயி வீட்டில்... படிப்பும் ஏறவில்லை, நல்ல வேலையும் கிடைக்கவில்லை, வசதியாக வாழவும் முடியவில்லை. சொல்பேச்சு கேட்காத மனைவி, அடங்காத பிள்ளைகள்... இந்த பூமியில் என் மொத்த வாழ்க்கையும் நரகமாகப் போய்விட்டதே..." என வாழ்நாள் முழுவதும் புலம்பிக்கொண்டே இருந்த விஸ்வநாதன், "இறந்த பின்பாவது என்னை சொர்க்கத்தில் சேர்த்துவிடு..." என்றுதான் எப்போதும் இறைவனை வேண்டிக்கொண்டிருப்பான்.

ஒருநாள் உறக்கத்திலேயே இறந்துபோன விஸ்வநாதன், மேலே சென்றபோது, கடவுள் புன்னகைத்தபடி, அவனிடம் கேட்டார்...

"என்ன விஸ்வநாதா... எப்படி இருந்தது இவ்வளவு நாள் நீ இருந்த என் சொர்க்கம்?"

தேவை

பசி, குளிர், மழை என அனைத்தும் பயங்கரமாய் என்னை வாட்ட, சோர்வுடன் மெதுவாக நடந்து கொண்டிருந்தபோது சற்று தூரத்தில் அந்தப் பை கண்ணுக்குத் தென்பட்டது.

சற்று வேகமாக நடந்து, அதனருகே சென்றேன்.

பழுப்பு நிறத்தில் ஒரு பெரிய தோல்பை.

குனிந்து அதனை எடுத்து, தயக்கத்துடன் திறந்து பார்த்தேன்...

அட..!

அத்தனையும் புத்தம்புது கரன்சி நோட்டுகள்... அதுவும் கோடிக் கணக்கில்.

மகிழ்ச்சியுடன் துள்ளிக் குதித்தேன்...

கப்பல் உடைந்து, தன்னந்தனியாக நான் மட்டுமே கரை சேர்ந்த அந்த யாருமில்லாத தனித்தீவில்...

...குளிர் காய்வதற்குக் காய்ந்த சுள்ளியைத் தேடி, ஒரு வாரத்திற்கு இனி நான் அலைய வேண்டியதில்லை!

STOP

நிப்பாட்டு

எவ்வளவு சொல்லியும் 'அவள்' நிறுத்துவதாகத் தெரியவில்லை. நீண்டநேரமாக விவாதித்துக்கொண்டே இருந்தாள்...

"இயந்திரங்கள், மனிதர்களைக் காட்டிலும் எத்தனையோ மேல். அவற்றிற்கு மதம் கிடையாது... அவற்றிடம் வெறுப்பு இருக்காது... அவற்றிற்கு ஏமாற்றவும் தெரியாது... பழிவாங்கவும் தெரியாது..."

...தொடர்ந்து பேசிக்கொண்டே இருந்த அவளது வார்த்தைகளின் உண்மையைத் தாங்காமல், அவளது தலையில் இருந்த அந்த 'ஸ்டாப்' பட்டனை அழுத்தினேன்!

அருஞ்சொற்பொருள்

"தாத்தா... என்னோட ஹோம்வொர்க்ல 'Define Man'ன்னு மிஸ் கேட்டிருக்காங்க. அதுக்கு நான் என்ன எழுதணும்..?" என்று கேட்ட பேரக்குழந்தையிடம்,

"குடும்பத்தை, குழந்தைங்களை, வீட்டை, பொறுப்பாவும் பொறுமையாவும் கவனிச்சு, வீட்டிலிருக்கிற எல்லாருக்கும் வேண்டியதைச் செஞ்சு, அவங்க விருப்பங்களை நிறைவேத்துறவங்கதான் 'மேன்'னு எழுதுடா" என்று பேரனுக்குப் புரியும் வார்த்தைகளில் பதிலளித்தார் தாத்தா.

தாத்தா சொன்னதைக் கேட்டு ஒருகணம் யோசித்து,

"அப்ப, நம்ம வீட்ல அம்மாதான் 'மேன்'... இல்லையா தாத்தா?" என்றது குழந்தை!

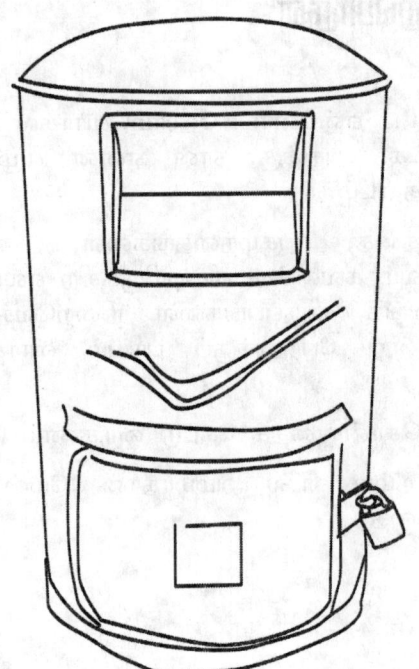

காத்திருப்பு

"இப்ப எதுக்கு இங்க வந்து நிக்கறே..?" என்று கேட்டிலிருந்து ரோட்டுக்கு வந்துநின்ற அதனிடம் நான் கடிந்துகொண்டேன்.

"லெட்டர் ஏதாச்சும் வருதான்னு பாக்க வந்தேன்..." என்றது அது.

"வீட்டில இருந்தாலும் லெட்டர் வரும், வீட்டுக்கு வா..." என்றேன்.

"அங்க வந்தா, எப்ப பாரு உன் ஃபோனுக்கு மெயில் இல்லேன்னா, மெசேஜ் வர்ற சத்தம் கேட்டுட்டே இருக்கே..." என்று கோபமாய்க் கூறியது வெகுநாட்களாக உபயோகிக்கப்படாத,

...அந்த சிவப்பு நிற தபால்பெட்டி!

10
J
Q
K
A
A
A

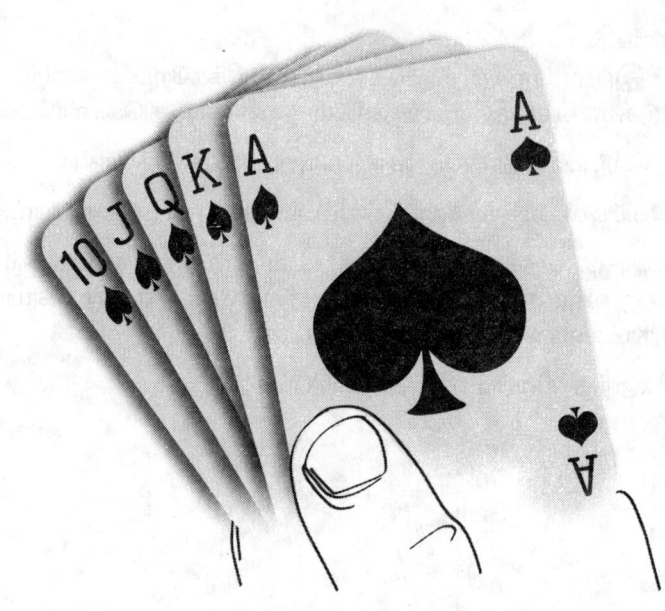

ஸ்குவிட் கேம் - 2

குலுக்கிப் போட்ட சீட்டுகளை, எடுக்க... போட... மறுபடி கலைக்க... என சூடு பிடித்தது சீட்டாட்டம்.

"இந்தச் சுற்றில் வெற்றி பெற்றால், அத்தனை பணத்தையும் அப்படியே அள்ளிக்கொள்ள முடியும்..!" என்று எண்ணியபடி, ஒவ்வொருவரும் தங்களுக்கான '♠ ♣ ♥ ♦' தேடிக்கொண்டிருக்க...

அங்கே இணை உலகில்...

"இவர்களில் ஜெயிக்கப் போவது யார்..?" என்று அந்த மனிதர்களைப் பணயம் வைத்து சூதாடிக் கொண்டிருந்தன...

...ராஜா, ராணி, ஜோக்கர் மற்றும் ஏஸ்!

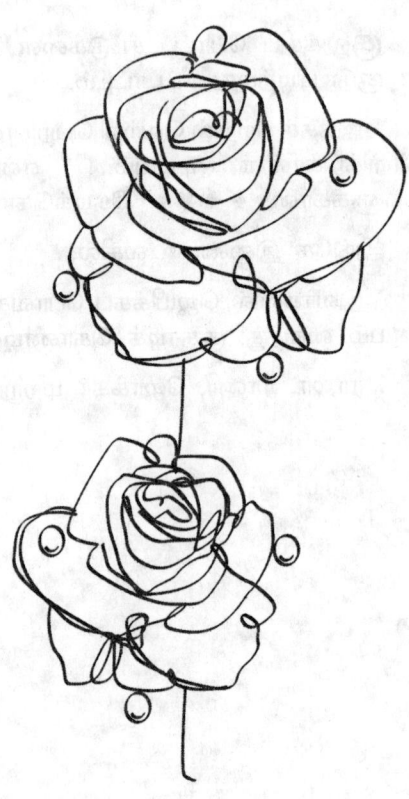

வியர்வை

"அக்கா, நிலாவைப் பக்கத்தில போய்ப் பாக்கணும்... அந்த மலை உச்சிக்குப் போலாம் வா..."

"போலாம்... ஆனா அம்மாவுக்குத் தெரிஞ்சா திட்டுவாங்க. அதனால, விடியறதுக்குள்ள சீக்கிரமா திரும்பி வந்துரலாம்... சரியா..?"

நடையும் ஓட்டமுமாக இருவரும் மலை உச்சியை அடைந்து, நிலவை ரசிக்க... இரவு முடிந்து விடியத் தொடங்கிவிட்டது.

மீண்டும் அதிவேகமாக ஓடி, மூச்சு வாங்கியபடி இருப்பிடம் வந்து சேர்ந்தபோது இருவருக்கும் வியர்வை பெருக்கெடுத்திருந்தது.

காலையில், தோட்டத்தில் நுழைந்த பூஜா சந்தோஷமாக...

"அம்மா இங்கே பாரேன்... இந்த ரெண்டு ரோஜாப்பூவுல மட்டும் எத்தனைப் பனித்துளின்னு..." என்றாள்!

மரணம்

நடைபாதையில் கிடந்தது, அந்தத் தடிமனான, சீல் செய்யப்பட்ட பழுப்புநிறக் கவர்.

முக்கிய ஆவணங்களாக இருக்கக்கூடும் என்று எண்ணி, தவறவிட்டது யாரென்று அதில் முகவரியைத் தேடினேன்...

அட...!

இன்ஷூரன்ஸ் கம்பெனியிலிருந்து, லதாவுக்கு அனுப்பப்பட்ட கவர். என்னவாக இருக்கும் என்று மெதுவாகக் கவரைப் பிரித்தேன்.

உள்ளேயிருந்தது...

...என்னுடைய டெத் சர்டிஃபிகேட் மற்றும் லைஃப் இன்ஷூரன்ஸ் செக்!

(பின்குறிப்பு: லதா எனது காதல் மனைவி!)

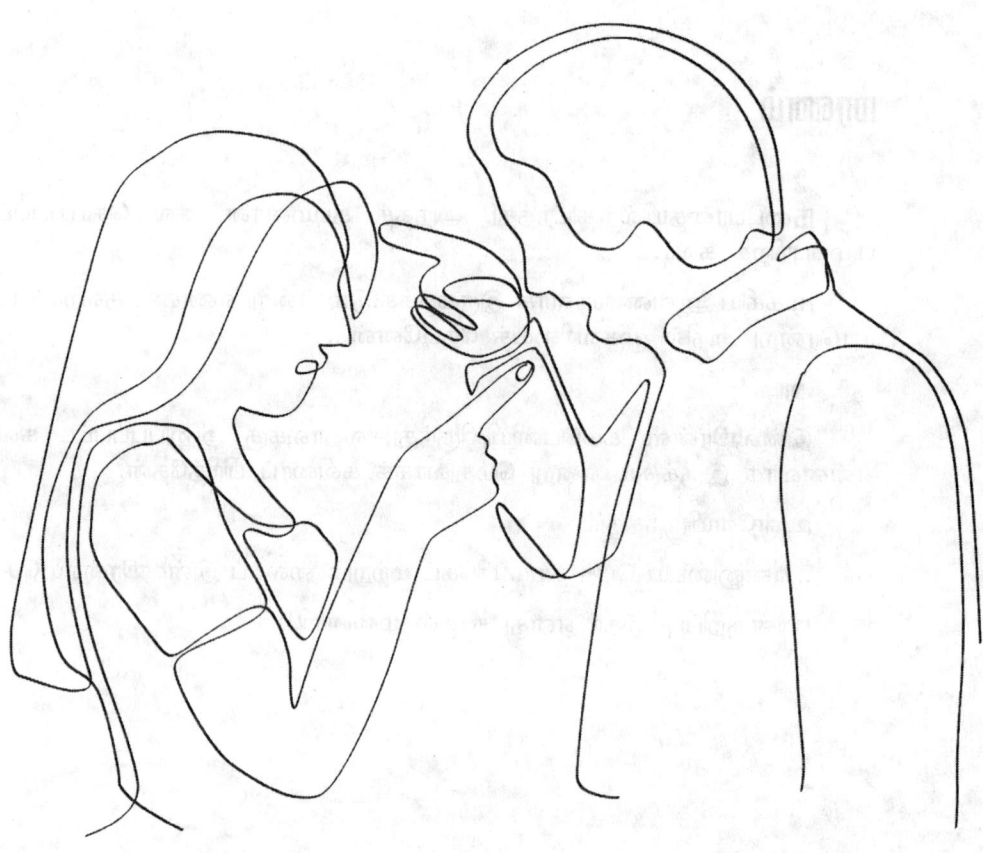

இரு கோடுகள்

“**எ**னக்கு எல்லாம் தெரியும்... நானே ஓட்டறேன், நானே ஓட்டறேன்னு சொல்லி இப்ப என்னாச்சு பாத்தியா..!?”

“மறுபடியும் ஆரம்பிச்சுட்டீங்களா..?”

“நான் சொல்றதைக் கேட்டிருந்தா ஆக்ஸிடென்ட் நடந்திருக்காதில்ல..?”

“நான் மெதுவாத்தானே ஓட்டினேன்... என்மேலே என்ன தப்பு, சொல்லுங்க பாக்கலாம்..?”

“லெஃப்ட் ஒடி, ப்ரேக்கைப் போடுன்னு அப்படிக் கத்துனனே, காதுல வாங்கினயா நீ..?”

“சத்தியமா நான் ப்ரேக்கைப் போட்டேங்க... அதுக்குள்ள வேகமா எதிர்ல வந்த அந்த லாரிதான் மோதிடுச்சு..!”

“அட... ரெண்டு பேரும் சண்டையை நிறுத்திட்டு கொஞ்சம் சும்மாத்தான் படுங்களேன். தினமும் ராத்திரியானாப் போதும்... புருஷன் பொண்டாட்டி சண்டை ஆரம்பிச்சுக்கும்...

...அதான் செத்து பத்து வருஷமாச்சுல்ல?” என்று இருவரையும் அதட்டினான் அந்தச் சுடுகாட்டின் காவலாளி!

விர்ச்சுவல் வாழ்க்கை

பரபரப்பான அந்த பஸ் நிலையத்தில், தனக்கு முன்பாக ஒரு துணியை விரித்து,

"ஒவ்வொரு பூக்களுமே சொல்கிறதே...
வாழ்வென்றால் போராடும் போர்க்களமே..."
என்று பாடிக்கொண்டிருந்தாள் கண்பார்வையற்ற அந்தப் பெண்.

விரித்த துணியில் எதுவும் விழுந்ததாகத் தெரியவில்லை.

அவளது வீடியோவை ஷேர் செய்தவருக்கு மட்டும் நிறையவே விழுந்தன...

...லைக்குகளும் ஷேர்களும்!

கடலோரக் கவிதை

நேற்று நான் பார்த்த அந்த அழகிய கடல்கன்னியின் மீதான எனது காதலை, கவிதையாக வடித்து, கண்ணாடி பாட்டிலில் அடைத்து, கடலுக்குள் வீசியெறிந்தேன்.

கவிதையைப் படித்துவிட்டு எப்படியும் என்னைத் தேடி வருவாள் என்று நான் நம்பியது வீண் போகவில்லை.

பேரலைகள் ஓய்ந்த பிறகு, கடலிலிருந்து எழுந்த அந்தப் பேரழகி என்னைத் தன்னருகில் அழைத்தாள்...

"ஏற்கெனவே இங்க இருக்கற குப்பையெல்லாம் பத்தாதுன்னு நீயுமா..? உனக்காவது கொஞ்சம் அறிவு வேணாம்... ச்சே..."

என்று சலித்தவாறே பாட்டிலை எனது கையில் திணித்துவிட்டு, கடலுக்குள் மறைந்தாள் அவள்!

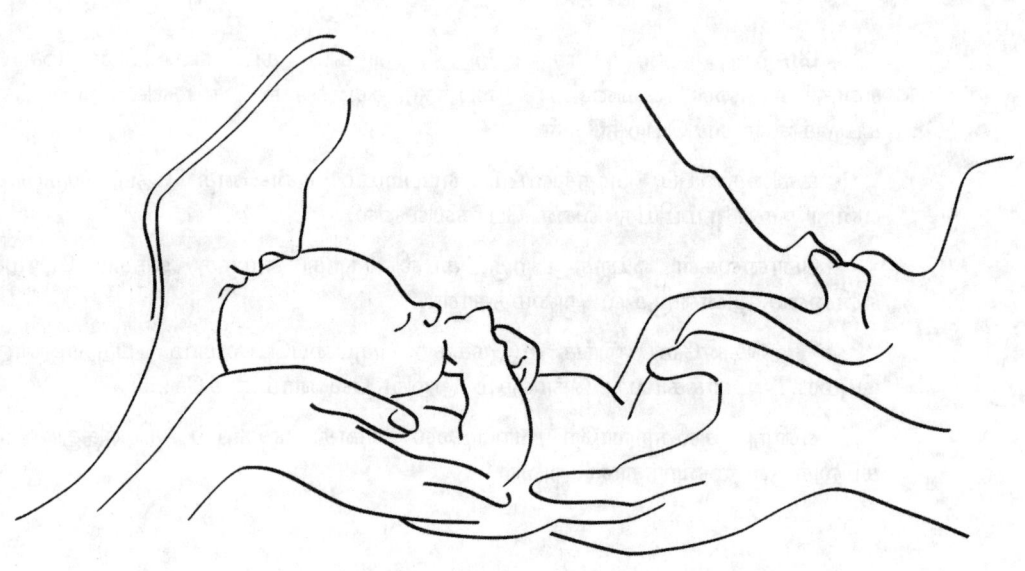

முன்ஜென்மம்

வருடம் 2023.

பிரசவ அறை வாசலில் காத்திருந்த கார்த்திக், "நிச்சயம் பெண் குழந்தைதான் பிறக்கும் பாருங்கப்பா..!" என்றான்.

"எப்படி அவ்வளவு உறுதியா சொல்ற..?" என்று கேட்ட அப்பாவிடம்,

"நம்மள விட்டுட்டு அம்மா எங்கயும் போக மாட்டாங்கப்பா. நம்ம கூடவே இருக்கணும்னுதான் அவங்களுக்கு ஆசை..!" என்றான் கார்த்திக்.

"தடுப்பூசிக்கு புக் பண்ணிட்டு காத்திருக்கறப்ப, கொரோனாவுல போயிட்டா மகராசி. தேதியைக் கையில எழுதி வெச்சுட்டே சுத்துவா. சாகும்போதுகூட, 'தடுப்பூசி போட்டிருந்தா தப்பிச்சிருப்பேன், இல்லையாங்க'ன்னு கேட்டுட்டே போய்ச் சேர்ந்துட்டா..!" என்று கண்கலங்கினார் அப்பா.

அதேசமயம், பிரசவ அறையிலிருந்து வெளிவந்த நர்ஸ், "கார்த்திக் யாருங்க..? உங்களுக்குப் பெண் குழந்தை பிறந்திருக்கு" என்றதும்,

"சொன்னேன்ல..!" மகிழ்ச்சியுடன் குழந்தையை கையில் வாங்கினான் கார்த்திக்.

"இதென்ன குழந்தையோட கை இப்படி மூடியிருக்கு..?"

என்றபடி இறுக மூடியிருந்த குழந்தையின் கையை அப்பா திறக்க...

...குழந்தையின் உள்ளங்கையில் '1.8.2021, வேக்சின் போடவேண்டிய தேதி' என்று எழுதப்பட்டிருந்தது!

வாசிப்பை நேசி

டுட்டு, மொபைலில் தன்னை மறந்து விளையாடிக்கொண்டிருக்க, அவளது அறையைச் சுத்தம் செய்யலாம் என்று உள்ளே சென்றேன். டெடி பியர்களும், பார்பி டால்களும் அணிவகுத்த அந்த அறையின் ஓரத்தில், தூசி படிந்து கிடந்தது பல நாட்களாய் அவள் தொடாமலிருந்த அந்த புத்தக அலமாரி.

அடுக்கி வைக்கப்பட்டிருந்த புத்தகங்களில் ஒன்றை நான் கைநீட்டி எடுத்தவுடன், சிலிர்த்துக்கொண்டதுபோல் திறந்தது அலமாரியின் பின்புறம்.

உள்ளே ஒரு ரகசிய சுரங்கம் விரிய, ஆச்சர்யத்துடன் படிகளில் மெதுவாக இறங்கிச் சென்றேன்.

அங்கு...

சிண்ட்ரெல்லாவும், ஸ்நோ வைட்டும் நடனமாடிக்கொண்டிருக்க, டின்டின் யோசித்துக்கொண்டிருக்க, ஹாரி பாட்டர் மந்திரவாதியுடன் சண்டையிட்டுக்கொண்டிருக்க, ஒருபக்கம் தெனாலிராமனும், பீர்பாலும் அரசவையில் விவாதித்துக்கொண்டிருந்தனர்.

மறுபக்கம், ‘‘சொல்ல நிறையக் கதைகள் இருக்கின்றன... கேட்க இன்றாவது விக்ரமாதித்தன் வருவானா?’’ என்று வேதாளம் தன்னந்தனியே பேசிக்கொண்டிருந்தது...

...டுட்டுவுக்காக காத்திருக்கும் அந்தப் புத்தக அலமாரியைப்போலவே!

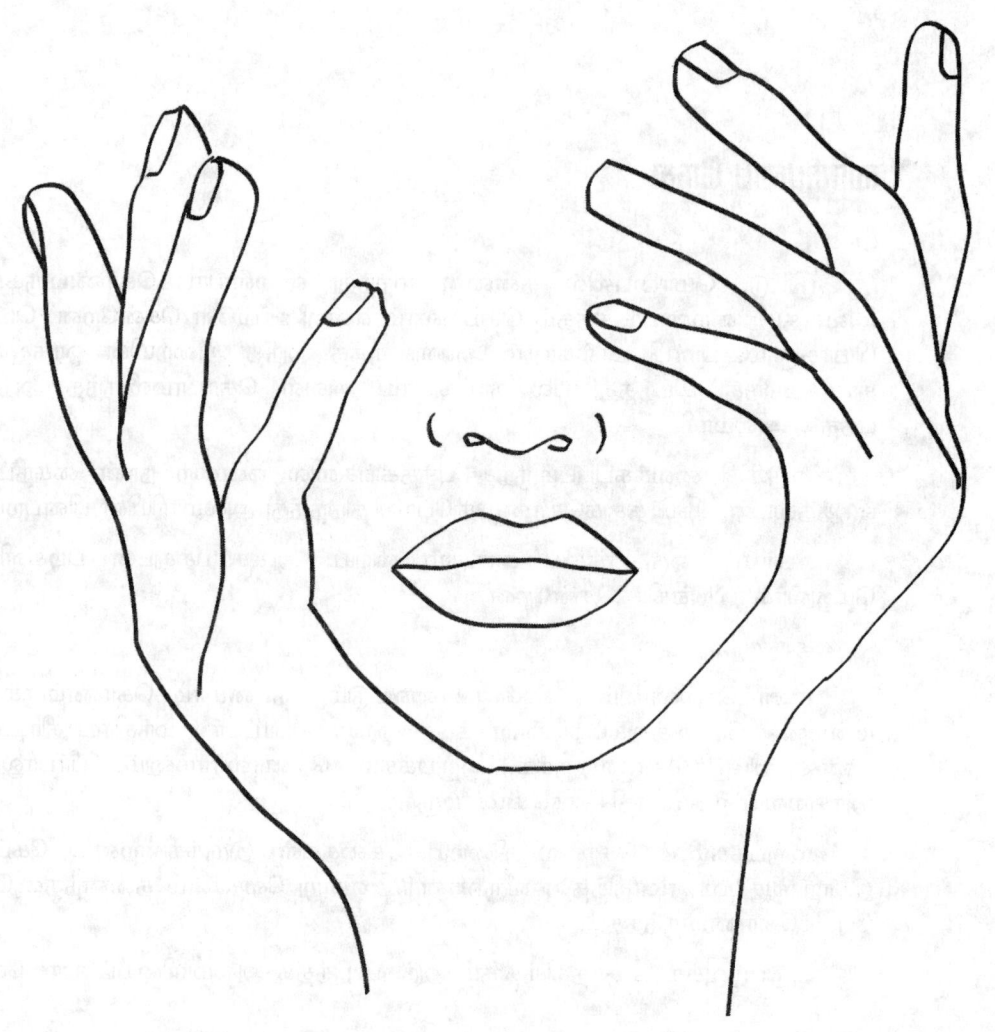

சுயம்

வேலைக்குச் சேர்ந்த முதல் நாள்.

மாலையில் வேலை முடிந்து வெளியே வந்தபோது, மீராவின் கைப்பை கனமாக இருந்தது...

ஒரு அதிகாரியாய் எப்படி இருக்க வேண்டும்...

ஒரு பெண்ணாய் எப்படி இருக்க வேண்டும்...

ஒரு மனைவியாய் எப்படி இருக்க வேண்டும்...

ஒரு தாயாய் எப்படி இருக்க வேண்டும்..?

என்று, காலையிலிருந்து ஒவ்வொருவரும் தந்த அறிவுரைகளை எல்லாம் பத்திரப்படுத்தி வைத்ததால், அவளது கைப்பை நிரம்பி கனமாக இருந்தது.

வீட்டுக்குத் திரும்பியவுடன், அறிவுரைகள் அனைத்தையும் நெருப்பில் போட்டு, அதில் குளிர் காய்ந்தபடி...

"நான் நானாக எப்படி இருக்க வேண்டும்?"

என்று சுயமாகச் சிந்திக்கத் தொடங்கினாள் மீரா!

சிறகுகள் முளைத்த நினைவுகள்

உறையும் பனி...

ஊடுருவும் குளிர்...

எதையும் பொருட்படுத்தாது, கையில் துப்பாக்கியுடன், சியாச்சென் கேம்ப் நோக்கி நடந்துசென்ற ஸ்ரீதரன் கண்களில் தென்பட்டது அந்த மலை ஆடும், அதன்மீது உறங்கும் குட்டி ஆடும்!

குட்டி ஆட்டைப் பார்த்தவுடன் குழந்தை தியாவின் முகம் மனதிலாட, தெற்கு நோக்கி முத்தம் ஒன்றை காற்றில் அனுப்பினார் ஸ்ரீதரன்.

தூக்கத்திலிருந்த குழந்தை தியா, மெதுவாக தனது தலையைத் தூக்கி...

"ப்பா... முத்தா..." என்ற மழலைக் குரலுடன் சிரித்தபடி, மீண்டும் உறங்கத் தொடங்கினாள்.

ஆச்சர்யத்துடன் அவளைப் பார்த்துக்கொண்டிருந்தாள் தியாவின் அம்மா!

முழுமை

'நாளை மாலை நடக்கவுள்ள, 'சிறந்த ஃபேஷன் டிசைனர்' போட்டியில், இந்த உடை தேர்வாகிவிட்டால் போதும்... அடுத்த மாதம் பாரீஸில் நடைபெற இருக்கும் உலகப் போட்டியில் பங்கேற்க முடியும். எத்தனை வருடக் கனவு இது.'

என்று எண்ணியபடி, நான் வடிவமைத்த ஆடையை அணிந்து நின்ற ஷீபாவைப் பார்த்துக்கொண்டிருந்தேன்.

'இன்னும் ஏதோ குறைகிறதே' என்று மனதிற்குள் அரித்துக் கொண்டிருக்கும்போதே, விழாவிற்காக புதிதாக பெயிண்ட் பூசப்பட்ட அந்தச் சுவரில் தடுமாறி சாய்ந்துவிட்டாள் ஷீபா.

'உடை கறையாகிவிட்டதே...' என அச்சத்துடன் எழுந்துநின்ற அவளது உடையில் என்னுடைய டிசைனின் வெற்றிடத்தை அந்தக் கறை நிரப்பியிருக்க, "இதை, இதை, இதைத்தான் நான் எதிர்பார்த்தேன்" என்றபடி அவளைக் கட்டியணைத்தேன்...

கீழே...

'Caution Wet Paint'

பலகை சிரித்துக்கொண்டிருந்தது!

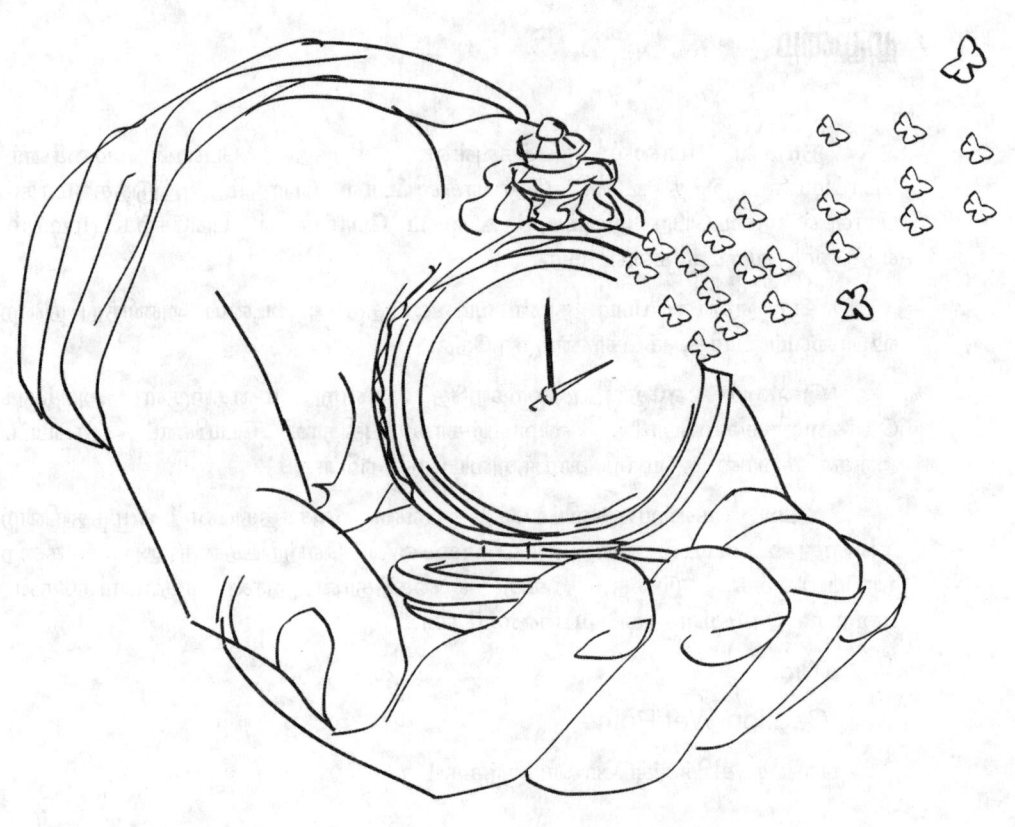

டைம் மெஷின்

எனது சேமிப்புகள் அனைத்தையும் கரைத்துக் கொட்டி, அலைந்து திரிந்து வாங்கிய டைம் மெஷினில், '01:06:2025' என்று தேடினால்...

அட..! நானும் நீயும் தம்பதியராக சிரித்துக்கொண்டிருக்கிறோம்!

'கன்ஃபர்ம்தான், இனி தைரியமாகக் காதலைச் சொல்லிவிடலாம்' என்று அந்த டைம் மெஷினில் ஏறி மீண்டும் நிகழ்காலத்தில் இறங்கி, எனது காதலைச் சொல்ல, இதோ... உனது வீட்டு வரவேற்பறை வரை வந்தாகிவிட்டது.

அங்கே டேபிள்மீது இருந்த திருமண ஆல்பத்தை எடுத்துப் பிரிக்க...

திருமணக் கோலத்தில்,

நீயும்... உன்னுடன் வேறு ஒருவரும்.

...ச்சே. கொஞ்சம் சீப்பாய்க் கிடைக்கிறதே என்று அந்த 'சைனா மேட்' டைம் மெஷினை வாங்கியிருக்கக் கூடாது!

எண்ணங்களும் வண்ணங்களும்

‘இன்னிக்கும் ஆஃபிஸுக்கு லேட்... ட்ரெயினைப் பிடிக்க மூணு நிமிஷம்தான் இருக்கு. சப்வேயில போனா உடனேப் பிடிச்சுடலாம்...’ என்று நினைத்தபடி வேகமாக ஓடும்போது, அங்கு குழந்தையின் ஓவியத்தை வரைந்துகொண்டிருந்த அந்தப் பெரியவர் மீது மோதிவிட்டேன்.

வண்ணங்கள் சிதறின... ஓவியத்தின் மீதும், சிறிது என் மீதும்.

துடைத்துக்கொண்டே,

“அவசரமாப் போகும்போது, குறுக்க நீ வேற...” என்று அவரைக் கடிந்தபடி ட்ரெயினைப் பிடிக்க ஓடினேன்.

கதவுகள் மூடும் கடைசி விநாடியில் ஏறி அமர்ந்ததும்தான் தோன்றியது. ‘இந்த ட்ரெய்னைத் தவறவிட்டிருந்தாலும், 15 நிமிடத்தில் அடுத்த ட்ரெய்ன் கிடைத்திருக்கும். எத்தனை நேர உழைப்போ, அந்த வயதானவரின் ஓவியத்தை அல்லவா கலைத்து விட்டோம்?’

குற்ற உணர்வுடன் குனிந்து அவரைப் பார்க்கையில்...

காலடியில் கலைந்து கிடந்த ஓவியத்தைப் பார்க்காமல், நான் ட்ரெயினைப் பிடித்துவிட்டதைப் பார்த்து மகிழ்வுடன் கையசைத்துக் கொண்டிருந்தார் அவர்!

மழை

எந்த முன்னறிவிப்பும் இல்லாமல் பெய்யத் தொடங்கியது மழை. சுரீரென்று அடித்துக்கொண்டிருந்த அந்த மாலை வெயிலில், திடீர்க் காற்றையும், திடீர் மழையையும் யாருமே எதிர்பார்த்திருக்கவில்லை.

அலுவலகம் முடிந்து... கல்லூரி முடிந்து, வீட்டுக்குத் திரும்பும் நேரத்தில் யாருக்குத்தான் இப்படியொரு மழையைப் பிடிக்கும்? கையில் இருந்ததை வைத்து முகத்தை மறைத்தபடி ஒதுங்க இடம் தேடிக் கொண்டிருந்தனர்... வாகனத்தை ஓரம் கட்டி மழையைத் திட்டியபடியே மழை விடக் காத்திருந்தனர்.

நானும், இந்த மழையை சிறிதும் எதிர்பார்க்கவில்லை. சுற்றும்முற்றும் பார்க்க, அருகில் தென்பட்டது அந்த வீடு. ஜன்னல் வழியே மகளுடன் வேடிக்கைப் பார்த்துக்கொண்டிருந்த பெண்ணிடம் ஒதுங்குவதற்கு உதவுமாறு நான் கேட்க, தயக்கத்துடன் கதவைத் திறந்தாள் அந்தப் பெண்.

மிதியடிகளைக் கழற்றி உள்ளே நான் நுழைய முயன்ற நேரத்தில், அம்மாவின் கையை உதறிவிட்டு மழையில் நனைய வெளியே ஓடினாள் அந்தச் சிறுமி.

எல்லாருக்கும் ஒரேபோல மழை பெய்தாலும், எல்லாருக்கும் ஒரேபோல இருப்பதில்லை மழை!

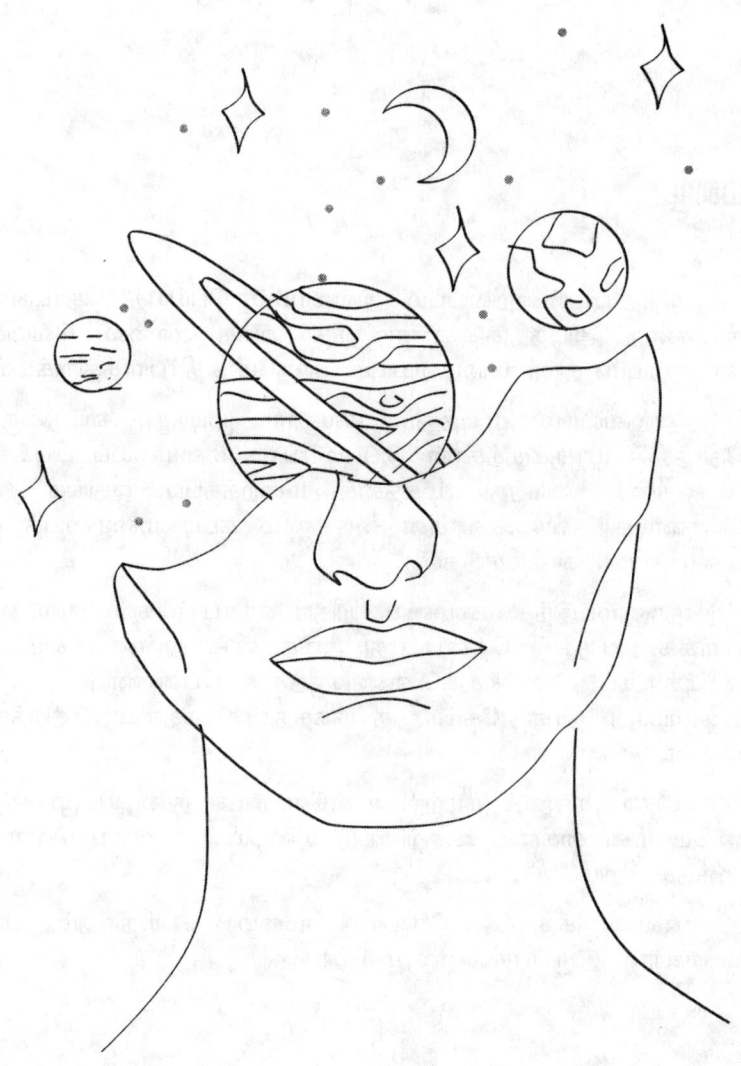

விடுமுறை

நாளையிலிருந்து... பழையபடிக்கு ஆஃபிஸ், மீட்டிங், ஆன்சைட், க்ளையன்ட்ஸ், டெட்லைன், டெலிவரி... இதெல்லாம் நினைச்சாலே சலிப்பா இருக்கு.

இன்னிக்குத்தான், இந்த ட்ரிப்போட லாஸ்ட் நைட். இதை நல்லாக் கொண்டாடிடணும்னு முடிவு பண்ணிட்டு வெட்டவெளியில, குளிர்ல வந்து படுத்துட்டேன்.

அண்ணாந்து பாத்தா...

அழகா ஒரு வானம், அங்கங்க பளீர்ன்னு மின்ற நட்சத்திரங்கள். ஒரு சின்ன சத்தம் கூட இல்ல... அப்படி ஒரு அமைதி!

அப்படியே நிமிர்ந்து பாத்தா...

ரொம்ப தூரத்தில தெரியறது...

ஆமா... நாளைக்கு நான் மறுபடியும் வந்து சேரவேண்டிய...

...நம்ம பூமியேதான்!

#moon_tourism

கனவு தேசம்

"**என்**னோட கனவு மாளிகை இது..!" என்று தூரத் தெரிந்த மாளிகை ஒன்றை சுட்டிக்காட்டினாள் திவ்யா.

அப்படியொரு பிரம்மாண்டமான மாளிகையை, நான் இதுவரைப் பார்த்ததே இல்லை...

"இதுபோல ஒண்ணு வாங்கணுமா..? கொஞ்ச நாள் பொறுத்துக்கோ" என்றேன்.

தனது கையிலிருந்த சாவியைக் காட்டியபடி,

"அல்ரெடி வாங்கியாச்சு... வா உள்ள போலாம்" என்று சிரித்தாள் அவள்.

பிரம்மிப்புடன் அவளைப் பார்க்கும்போதே, எனது கைகளைப் பிடித்து இழுத்துச் சென்றாள்...

...தூங்கிக்கொண்டிருந்த திவ்யாவின் கனவுக்குள், சந்தோஷமாகக் காலடி எடுத்து வைத்தேன் நான்!

மனைவியின் ஓவியம்

இறந்துபோன மனைவியின் ஓவியத்தை வரைந்து கொண்டிருந்தேன்...

'அழகான முகம்... அம்சமான தோற்றம்... உற்சாகமான சிரிப்பு... நெற்றியில் அந்த சிவப்புப் பொட்டின் கீழே சிறிது சந்தனத்தை தீற்றினால் போதும்... இன்னும் கொஞ்சம் பொலிவு கூடிவிடும்...' என்று எண்ணியபடி, மஞ்சள் வண்ணத்தை தூரிகையில் எடுக்க நான் குனிந்தபோது அந்த அதிசயம் நிகழ்ந்தது.

ஓவியம் உயிர்பெற்றது..!

நம்பமுடியாமல் ஆச்சர்யத்துடன் நான் அதைப் பார்க்க, அது பேசவும் ஆரம்பித்தது...

"ஓவியத்துலகூட உன்னால எனக்கு ஒரு நெக்லஸ், வளையல் போட முடியல. அட்லீஸ்ட் இந்த ப்ளவுஸையாவது கொஞ்சம் மேட்சிங்கா போட்டிருக்கலாமில்ல..?"

என்று என்னைத் திட்டிவிட்டு, மீண்டும் ஓவியமானாள் என் மனைவி!

ரீ-யூனியன்

பல ஆண்டுகளுக்குப் பிறகு, ஒரு விழாவில் ஒன்றுகூடிய பள்ளி நண்பர்களில், அந்த உயிர்த்தோழிகள் மூன்று பேர் மட்டும் மொட்டையுடன் வந்து நின்றதைப் பார்த்து எல்லோரும் சிரித்துவிட்டனர்.

"என்ன, சொல்லிவெச்ச மாதிரி, மூணு பேரும் மொட்டை அடிச்சிருக்கீங்க?" என்று கேட்ட நண்பனைப் பார்த்து ஷோபிகா சிரித்தபடி,

"கேன்சர் தெரபி" என்றாள்.

கேட்ட நண்பனின் முகம் சுருங்க, "சாரி ஷோபி... விஷயம் தெரியாம..." என்றவன், 'மூவருக்கும் ஒரேசமயத்தில் எப்படி கேன்ஷராக இருக்கமுடியும்' என்ற குழப்பத்துடன் அடுத்த இருவரையும் பார்க்க,

"ஷோபிகா தெரபி" என்று புன்னகைத்தனர் அவர்கள் இருவரும்!

OFF

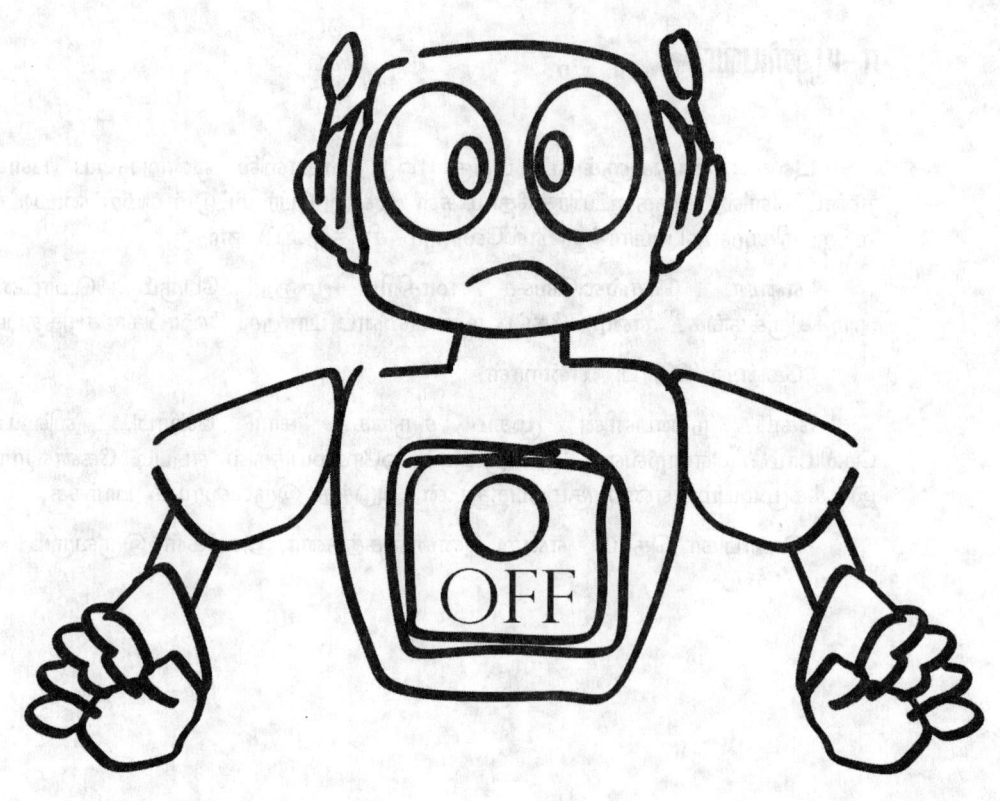

சின்னச்சின்ன ஆசை

"மழையில நனையக் கூடாது... கடல்ல குளிக்கக் கூடாது... குளிர் உடம்புக்கு ஆகாது..."

...இதையெல்லாம் கேட்டுக்கேட்டு, சலிச்சுப்போய், யாருக்கும் தெரியாம இன்னிக்கு பீச்சுக்கு ஓடி வந்தாச்சு...

வெள்ளையா, நுரையோட ஒவ்வொரு அலையும் அடுத்தடுத்து வர்றதுதான் எத்தனை அழகு பாருங்க.

கண்ணை மூடிட்டு, இறங்கி நின்னு அடுத்த அலை வந்து என்னை நனைக்கறதுக்கு காத்துட்டு இருந்தேன்...

அலை என்மேலே அடிக்க... உடம்புக்குள்ள ஜில்லுன்னு ஃபீல் பண்ண அதேசமயம், தலையை யாரோ தட்டின மாதிரி இருந்துச்சு.

திரும்பிப் பார்த்தா...

"மொதல்ல ப்ரோக்ராமை மாத்தணும்... என்னதான் வாட்டர் ப்ரூஃப் ரோபோவா இருந்தாலும், நீ இப்படி அடிக்கடி கடலுக்கு வர்றது சரியில்லை..."ன்னு சொல்லி, என்னைக் கையைப் பிடிச்சு இழுத்துட்டுப் போறாரு என்னோட சயின்டிஸ்ட் முதலாளி!

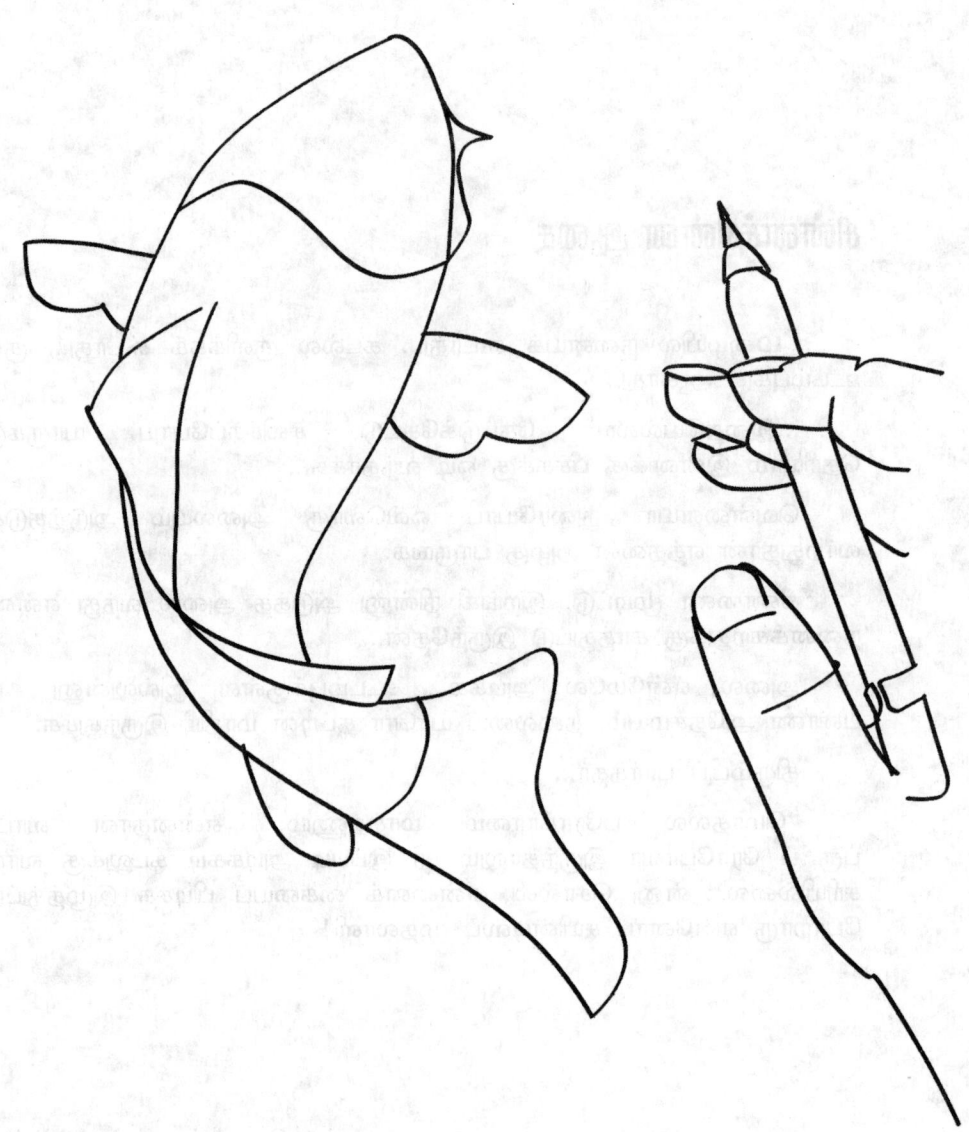

சுவாசம்

டிராயிங் நோட்டில் மீன் வரைந்துகொண்டிருந்த டுட்டு, ராகுல் வந்து அழைக்கவும், நோட்டை மூடிவைத்துவிட்டு விளையாடச் சென்றாள்.

அப்போது,

"குட்டிம்மா..." என்று யாரோ அழைக்க, சுற்றும்முற்றும் தேடினாள் டுட்டு.

"நான் இங்கிருக்கேன்..." என்றது டிராயிங் நோட்டிலிருந்த மீன்.

ஆச்சர்யத்துடன் டுட்டு பார்த்துக்கொண்டிருந்தபோதே,

"தண்ணி வரைய மறந்துட்டேடா... மூச்சு முட்டுது பாரு..." என்றது!

தாய்மை

'நாளைக்கு வினய்க்கு இண்டர்வியூ. மொத முறையா மும்பைக்குத் தனியாப் போறான்... இதுல குளிர்காய்ச்சல் வேற. தனியா சமாளிச்சுப்பானா... ஒழுங்கா சாப்பிடுவானா... தெரியலயே'

என்று மகனை நினைத்து, வருந்திக்கொண்டிருந்தபோது அலைபேசி அழைத்தது.

ஃபோனை எடுத்தேன்...

அம்மா.

"என்னம்மா இந்த நேரத்தில..?" என்று நான் சலிப்புடன் கேட்க,

"சாப்டியாடா கண்ணு..?"

மறுமுனையில் வயதான அம்மாவின் குரல் பாசத்துடன் ஒலித்தது!

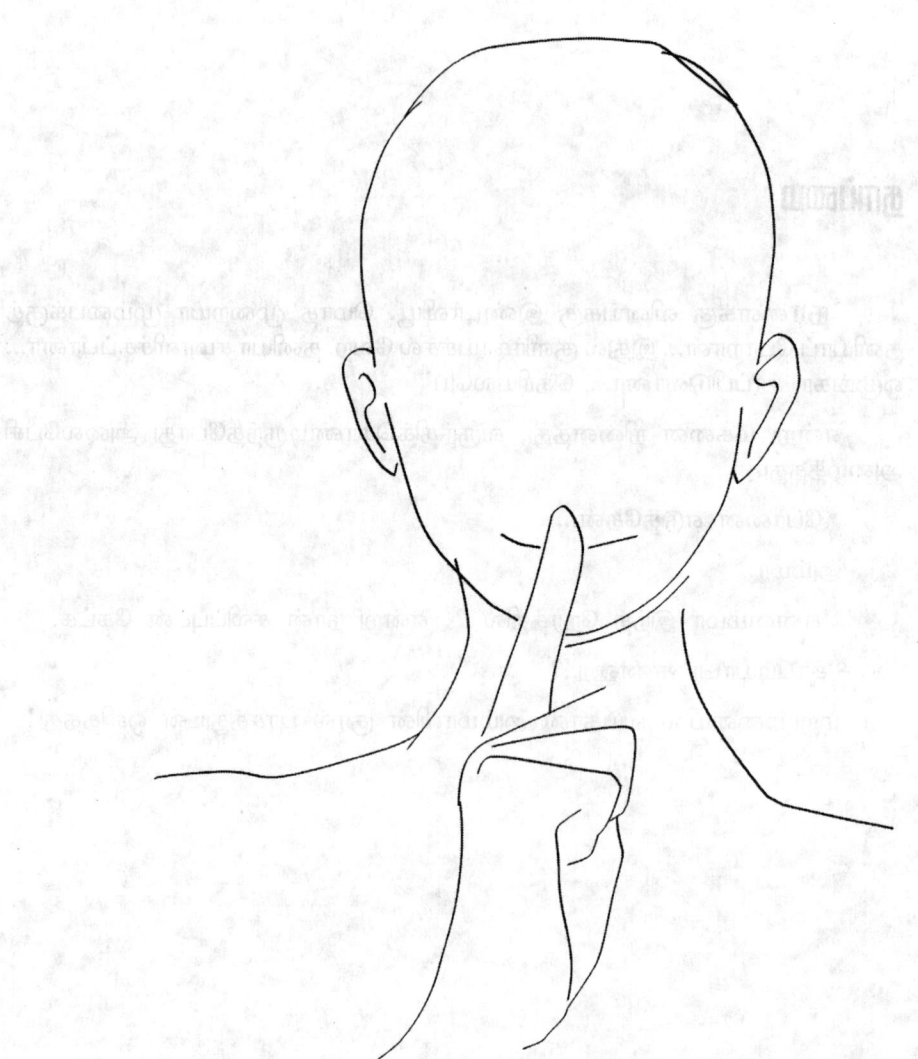

தந்தைசொல் மிக்க...

"பணம் என்ன மரத்திலயா காய்க்குது...? உன்னோட வயசுல எப்படி இருந்தேன் தெரியுமா..? கஷ்டம்னா என்னன்னு உனக்கெல்லாம் தெரியவே தெரியாது..."

அப்பாவின் அட்வைஸ் மழையால் எரிச்சலான அருண்,

வளர்ந்தபிறகு, 'இப்படி ஒரு அப்பாவா மட்டும் நான் இருக்கவே மாட்டேன்...' என்று சபதம் செய்துகொண்டான்.

முப்பது வருடங்கள் கழித்து...

"ஹார்ட் வொர்க்னா என்னன்னு உனக்குத் தெரியுமா..? எதுலயும் ஒரு டிசிப்பிளின் இருக்கணும்..."

என்று தன் மகனுக்கு அட்வைஸ் மழை பொழிந்துகொண்டிருந்தார்...

...இப்போது அப்பா ஆகியிருந்த அருண்!

#அப்பா எப்போதும் அப்பாதான்!

சதுரங்க வேட்டை

தனது ராஜ்ஜியத்தில் அனைவரையும் இழந்து, தான் தனித்து விடப்பட்டபோதும் சிறிதும் மனம் கலங்கவில்லை அந்த ராஜா.

தனது யானைகளும் குதிரைகளும் தாக்கப்பட, காலாட்படை சிப்பாய்கள் அனைவரும் தோற்றுச் சிதற, தன்னுடைய தந்திர மந்திரிகளும் இயலாமையால் நீங்கிச் செல்ல...

ஏன்...

தனது உற்ற துணைவியான பட்டத்து ராணியும் எதிரிகளால் வெட்டப்பட... எதற்கும் மனம் கலங்கவில்லை ராஜா.

அதேஇடத்தில் நின்றபடி, அடுத்த நகர்வு என்னவாக இருக்கக்கூடும் என்று எதிரில் விளையாடிக்கொண்டிருந்த க்ராண்ட் மாஸ்டரை உற்றுப் பார்த்துக்கொண்டிருந்தது அந்தக் கருப்பு தேசத்தின் கான்ஃபிடென்ட் ராஜா!

பிறந்தநாள்

"அம்மா... பர்த்டே கேக்ல எட்டு கேண்டில்தான் இருக்கு..."

"ம்ம்..."

"போன வருஷமும் எட்டு கேண்டில்தானே வெச்சே?"

"ஆமாடா..."

"அப்ப, இந்த வருஷம் ஒன்பது கேண்டில்தானே வைக்கணும்..? என் பர்த்டே கேக்ல போன வருஷம் மூணு கேண்டில் வெச்சுட்டு, இந்த வருஷம் நாலு வெச்சயில்ல... அண்ணாவுக்கு ஏன் அதிகமா வைக்கல நீ..?"

தொடர்ந்து கேள்விகளைக் கேட்டபடி, குழப்பமாகப் பார்க்கும் தனது நான்கு வயது மகனுக்கு, அவனது அண்ணன் இரண்டு வருடங்களுக்கு முன்,

தனது எட்டாவது பிறந்தநாளன்று, ஒரு விபத்தில் இறந்துவிட்டான் என்பதை எப்படிப் புரியவைப்பது என்று கண்ணீருடன் பார்த்துக் கொண்டிருந்தாள் அம்மா!

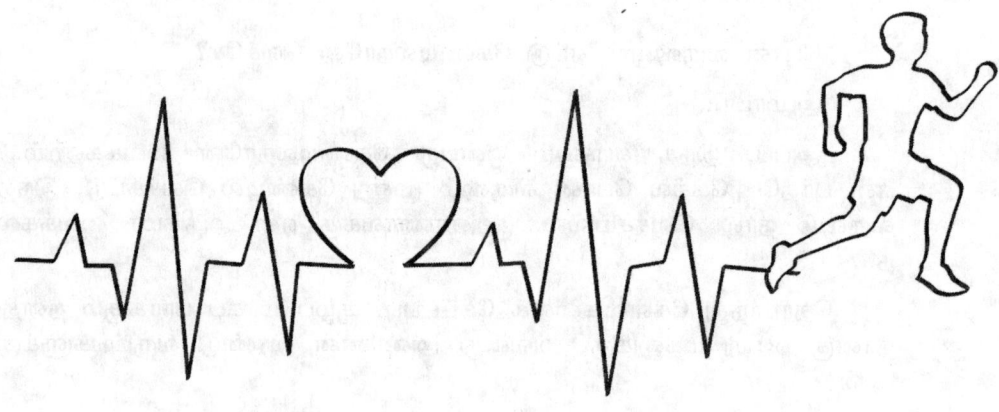

பாரதி கண்ணம்மா

தலை, கை, கால் என அனைத்து இடங்களிலும் பேண்டேஜ் கட்டுகள்... முகத்தில் ஆக்சிஜன் மாஸ்க்... கையில் க்ளுகோஸ் டியூப்,... ஐசியூ மானிட்டர்கள் தொடர்ந்து ஒலிக்க...

அந்த பயங்கர விபத்திற்குப் பிறகு இப்போதுதான் கண்விழிக்கிறேன்.

"டாக்டர்... நான் பொழைப்பேனா... மாட்டேனா?" என்று சிரமத்துடன் நான் கேட்க...

மானிட்டரையே உற்றுப் பார்த்துக்கொண்டிருந்த டாக்டர்,

"தெரியலையே... அதுக்குள்ளதான் அந்த டைரக்டர் 'தொடரும்' போட்டுட்டாரு இல்ல... இனி நாளைக்கு நைட் பத்து மணிக்குத்தான் தெரியும்..." என்றார்!

#டிவி சீரியல்கள்

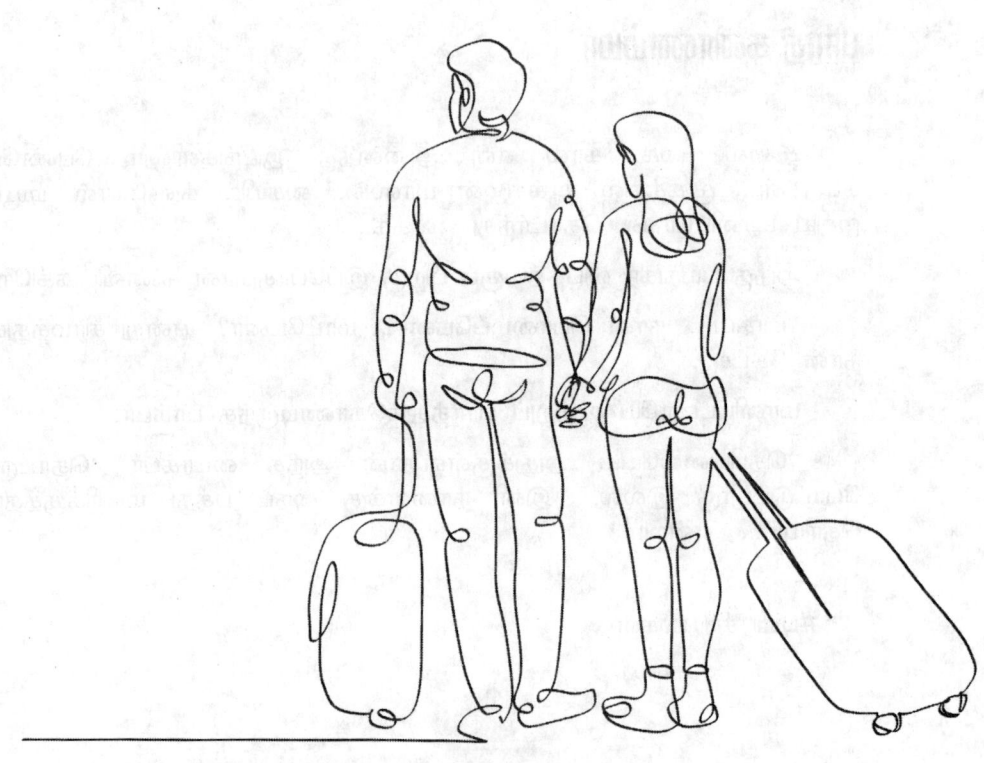

யாவரும் கேளிர்

ப்ரியாவுக்கும் அஸ்வினுக்கும் பயணம் மற்றும் புதிய மனிதர்களைச் சந்திப்பது என்றால் அவ்வளவு பிரியம். ஒவ்வொரு வருடமும் ஒரு புதிய இடத்திற்குப் பயணம் செல்வார்கள்.

செல்லும் ஊரின் பண்பாடு, பாரம்பரியம், உணவு, உடை என அனைத்தையும் தெரிந்துகொள்வதில் இருவருக்கும் ஆர்வம் அதிகம். அங்கு அவர்கள் புதிதாகச் சந்திக்கும் மனிதர்களிடம் எளிதாக நட்பு கொள்வார்கள். அதனாலேயே இருவருக்கும் நண்பர்களும் அதிகம்.

இந்த வருடம் அவர்கள் தேர்ந்தெடுத்தது மடகாஸ்கரை.

“ப்ரியா... ஃபர்ஸ்ட் டைமா லாங் டிரிப் போறோம்... வர நாளாகும்... பக்கத்து ப்ளாட்ல நம்ம வீட்டு மேல ஒரு கண்ணை வெச்சுக்கச் சொல்லிட்டு போகலாம்...”

“ஓகேடா... ஆனா... பக்கத்து ஃப்ளாட்ல யார் இருக்காங்கன்னுதான் நமக்குத் தெரியாதே!”

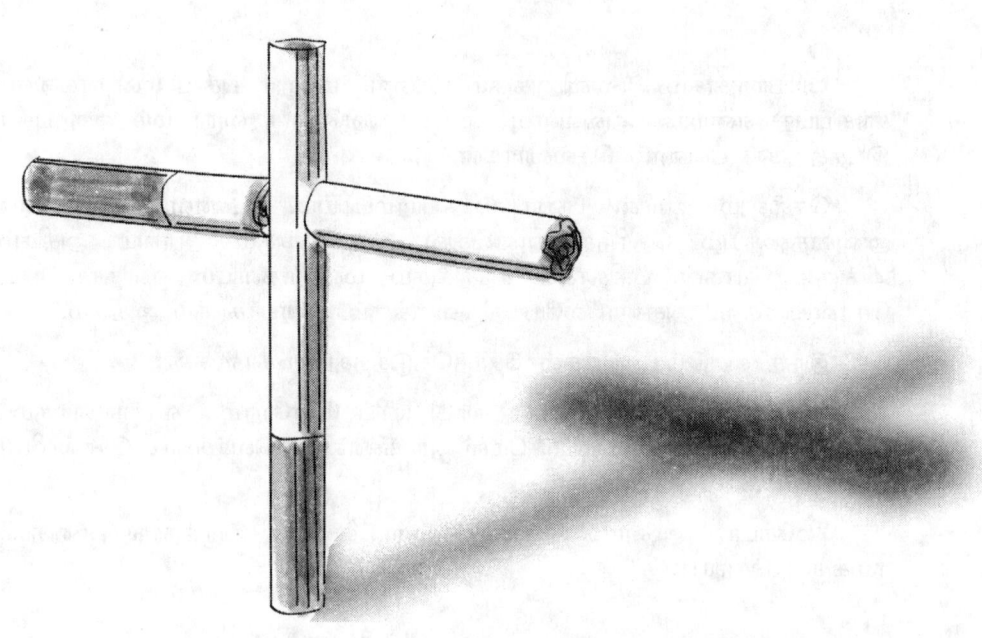

ஆறாம் விரல்

வெள்ளைச் சட்டை போட்டுகிட்டு ஒல்லியா இருக்கறதால நான் ரொம்ப சாஃப்ட்டுனு எல்லாரும் நெனச்சுக்கறாங்க. உண்மையில என் பலம் என்னன்னு இங்க நிறைய பேருக்குத் தெரியாது... பாக்க என்னமோ பரமசாதுதான். ஆனா, பழகினால் பாம்புங்க.

அதும், என்னை அழிக்க நெனச்சா அவங்களை சும்மா விடமாட்டேன்னு யாருக்கும் புரியறதேயில்ல...

இப்பக்கூட பாருங்க...

பொழுது போகலேன்னு ஒருத்தன் என்னை ஊதி இழுத்து, எரிச்சு, சாம்பலாக்கி, கீழே தள்ளி, செருப்புக் கால்ல மிதிக்கறதோட சந்தோஷமா சிரிச்சுட்டுவேற இருக்கான்...

நானும் திரும்ப அவனை சாம்பலாக்கிட்டுத்தான் விடுவேன்னு அவனுக்கு இன்னும் புரியவே இல்ல.

நீங்களாச்சும் கொஞ்சம் எடுத்துச் சொல்லுங்க!

#புகை நமக்குப் பகை!

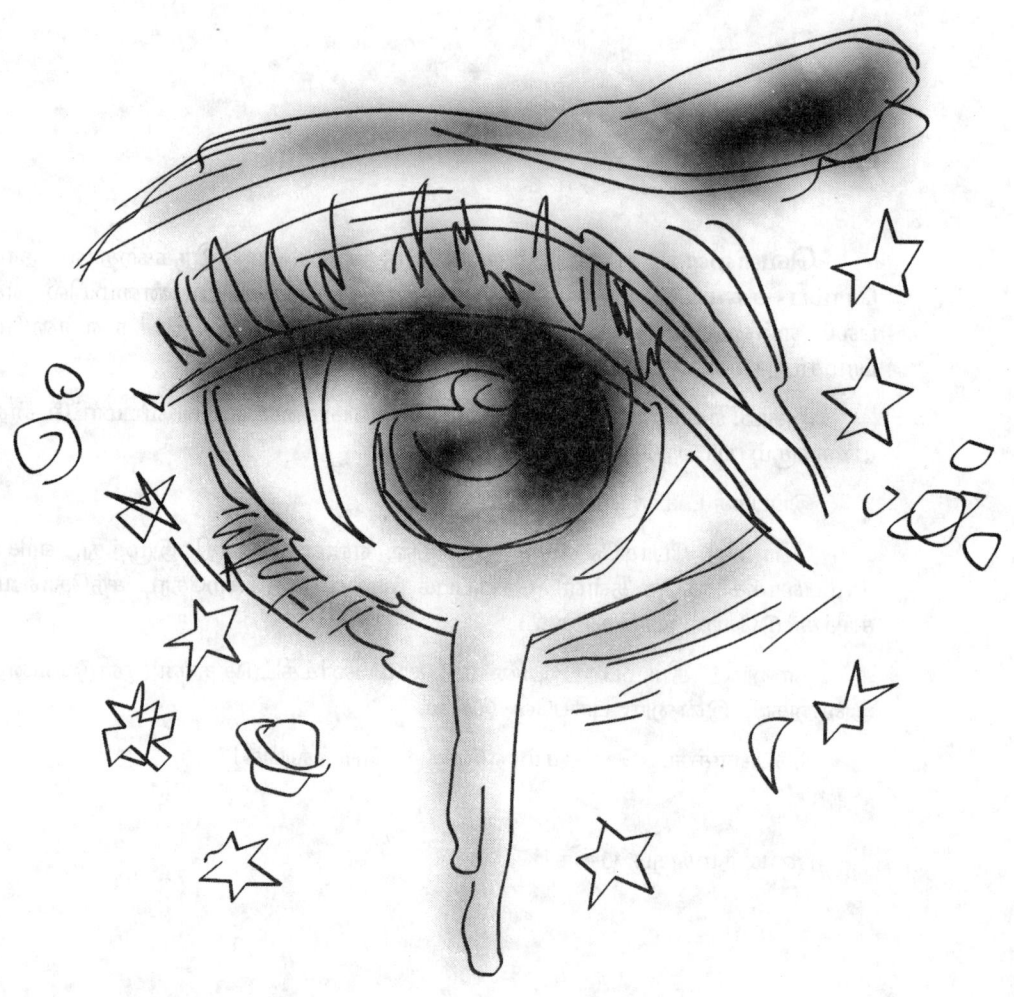

இன்று கண்ணீரும் தித்திக்கின்றதே

"நாம இப்ப எதுக்கு வெளியே வந்தோம்ன்னு தெரியலையே..." என்ற கேள்வியுடன் வித்யாவின் கண்களிலிருந்து ஒரு கண்ணீர்த்துளி வெளிவந்தது.

"என்ன கேள்வி இது? வருத்தமாக இல்லை சோகமாக இருந்தாத்தானே நாம எப்பவும் வெளியே வருவோம்?" என்ற பதிலுடன் வெளிவந்தது இரண்டாம் துளி.

கன்னத்தில் வழிந்த முதல் துளி,

"ஆமாமா., வித்யாம்மா ரொம்ப வலியோட துடிச்சு அழறாங்க... அதான் வந்தோம் போல" என்று பதிலளிக்க,

தாடையைக் கடந்த இரண்டாம் துளியோ,

"இல்ல... வித்யாம்மா இப்ப சிரிக்கவும் செய்றாங்க... ஏன்னு மட்டும் புரியலையே?" என்று குழப்பமாக இறங்கியது.

தாங்கள் வெளிவந்தது, துயரத்திலா அல்லது மகிழ்ச்சியிலா என்ற கேள்வியுடன் வித்யாவை உற்றுப் பார்த்தபடியே இரண்டு கண்ணீர்த் துளிகளும் மெதுவாகக் கீழே உருண்டோடின.

"ங்கா..." என்ற அழுகைக் குரலுடன் தனது குழந்தை பிரசவிப்பதைக் கேட்டு வித்யா மனம்விட்டுச் சிரிக்கும்வரை!

அறைதல்

"**சொ**ல்லச்சொல்லக் கேக்காம என் பொம்மையை உடைச்சிட்டே இல்ல... உன்னை என்ன செய்யறேன் பாரு..."

கோபத்துடன் தன் தங்கையை அடிக்க ஓங்கிய ஐந்து வயது மகனின் கையை இறுக்கிப் பிடித்தாள் அம்மா.

'அவளது கணவனைப் போல, பெண்ணை அடிக்கும் இன்னொரு ஆண் இந்த வீட்டிலிருந்து வரமாட்டான்' என்று புன்னகைத்தது எதிர்காலம்!

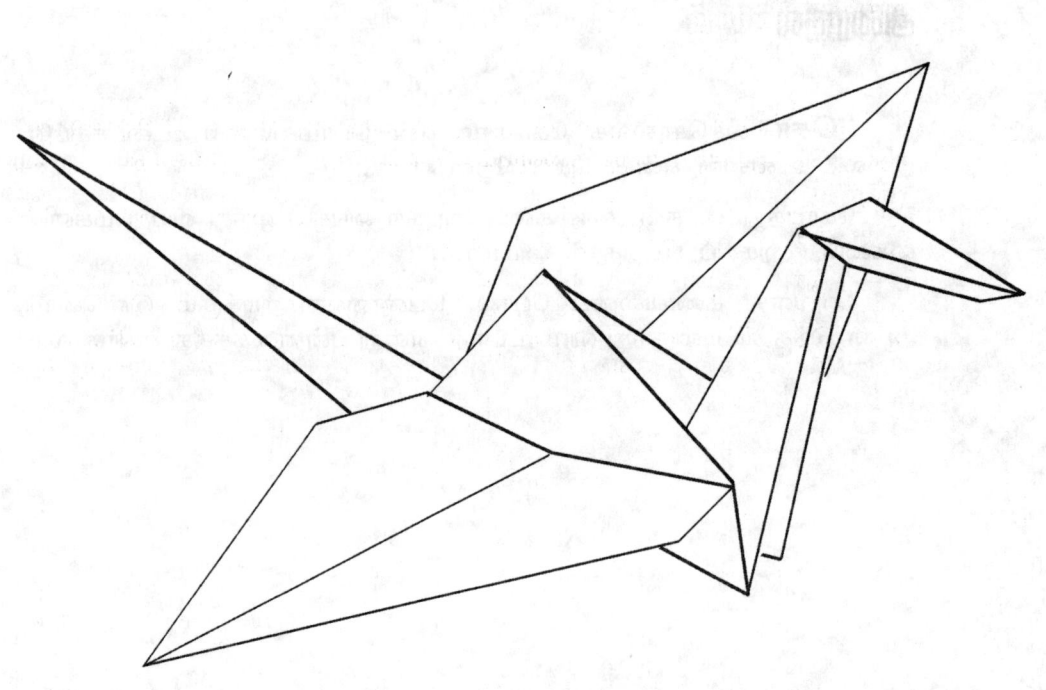

காகிதக்கொக்கு

பாடங்களைத் தவிர, குழந்தைகள் வேறு என்னென்ன விஷயங்களையும் கலைகளையும் கற்றுக்கொள்ள வேண்டும் என்று முடிவெடுக்கக் கூடியிருந்த கூட்டத்தில் பள்ளியின் தலைமையாசிரியர், கைவினை வகுப்பு ஆசிரியரைப் பார்த்துக் கேட்டார்...

"இந்த வருடம் கைவினை வகுப்புகளில் ஓரிகாமி கற்றுக் கொடுப்பதையும் சேர்த்துக்கொள்ளலாமா..?"

வேறு எதையோ எழுதிக்கொண்டிருந்த கைவினை வகுப்பு ஆசிரியர் சட்டென்று சொன்னார்...

"வேணாம் சார்... அதுல பேப்பர் ஒர்க் ஜாஸ்தி!"

திருப்தி

தோசைக்குப் பேர்போன அந்த ஹோட்டலில் சாப்பிடும்போது, மனைவி ஆனந்தியின் அரைகுறை சமையல் சட்டென நினைவில் வந்தது.

வயிறும் மனதும் நிறைந்த திருப்தியில், பில் கொடுக்கும்போது ஹோட்டல் முதலாளியிடம்,

"சார்... சூப்பரா சமைக்கறாரு உங்க மாஸ்டர். கொடுத்து வைச்சவரு நீங்க... தினமும் ருசியா சாப்பிடுவீங்க இல்ல?" என்று நான் சொல்ல,

"ருசி என்ன சார் பெரிய ருசி... பாசத்தோட பொண்டாட்டி போடற சாப்பாட்டுல இருக்கற திருப்தி இதுல வருமா.? அதுலதானே இருக்கு எல்லாம்" என்றார் அவர்!

சுயம்வரம்

"**எ**ன்னைத் திருமணம் செய்துகொள்... உன்னை ராணிபோல வைத்திருப்பேன்..." என்று அந்த முன்னணி நடிகையிடம் தனது காதலைச் சொன்னான் அவன்.

அவனை ஏளனமாகப் பார்த்த நடிகை,

"சரி... சரி... அந்த க்யூவில் போய் நில்" என்றாள்.

பின்னால் திரும்பிப்பார்த்து,

"இங்கே க்யூ எதுவும் இல்லையே..." என்றவனிடம்,

"என்னது..? க்யூ இல்லையா..? பரவாயில்லை, க்யூ ஒன்றை உருவாக்கிவிட்டு வா" என்றாள் அவள்!

நீரின்றி அமையாது

இந்தியாவில் மட்டுமல்லாமல், இந்தோனேசியா, மாலத்தீவு... ஏன் ஹவாய் வரை சென்று, Scuba Diving செய்தவன் ஜான்.

தனது வாழ்நாளின் பெரும்பகுதியை நீரிலும் நீச்சலிலும் கழித்தவன்.

வருடங்கள் கழிந்து, தனியாக ஒரு நாற்காலியில் தனது Diving Suit அணிந்து அமர்ந்திருந்த ஜானைப் பார்த்து,

"அதான் எங்கயுமே தண்ணி இல்லையே... இங்கயாச்சும் டைவ் பண்ணு... வா..."

என்று அழைப்பு விடுத்தது, வரவேற்பறையில் பெரிய ஆர்ட்டிஃபிஷியல் தொட்டியில் நீந்திக்கொண்டிருந்த அந்த ஆண்ட்ராய்ட் தங்கமீன்!

#SaveWater #SaveEarth

விற்பனை

அந்த மிகப்பெரிய ஃபார்மா கம்பெனியின் மார்கெட்டிங் எக்ஸிக்யூடிவ் பணிக்கு ரெஸ்யூம் எழுதிக்கொண்டிருந்தான் சத்யன்.

அதே வேலைக்காக அப்ளை செய்துகொண்டிருந்த அவனது நண்பன் அதைப் பார்த்ததும், "அடப்பாவி... என்னடா achievements, goalsனு இத்தனை எழுதியிருக்கே... அத்தனையுமே இவ்வளவு பொய்யாவேற எழுதியிருக்கே?" என்று கேட்க,

"நம்மள நாமே சேல்ஸ் பண்ணலேன்னா, மத்ததை எல்லாம் நம்மால எப்படி சேல்ஸ் பண்ண முடியும், சொல்லு..?" என்று கண்ணடித்தான் சத்யன்.

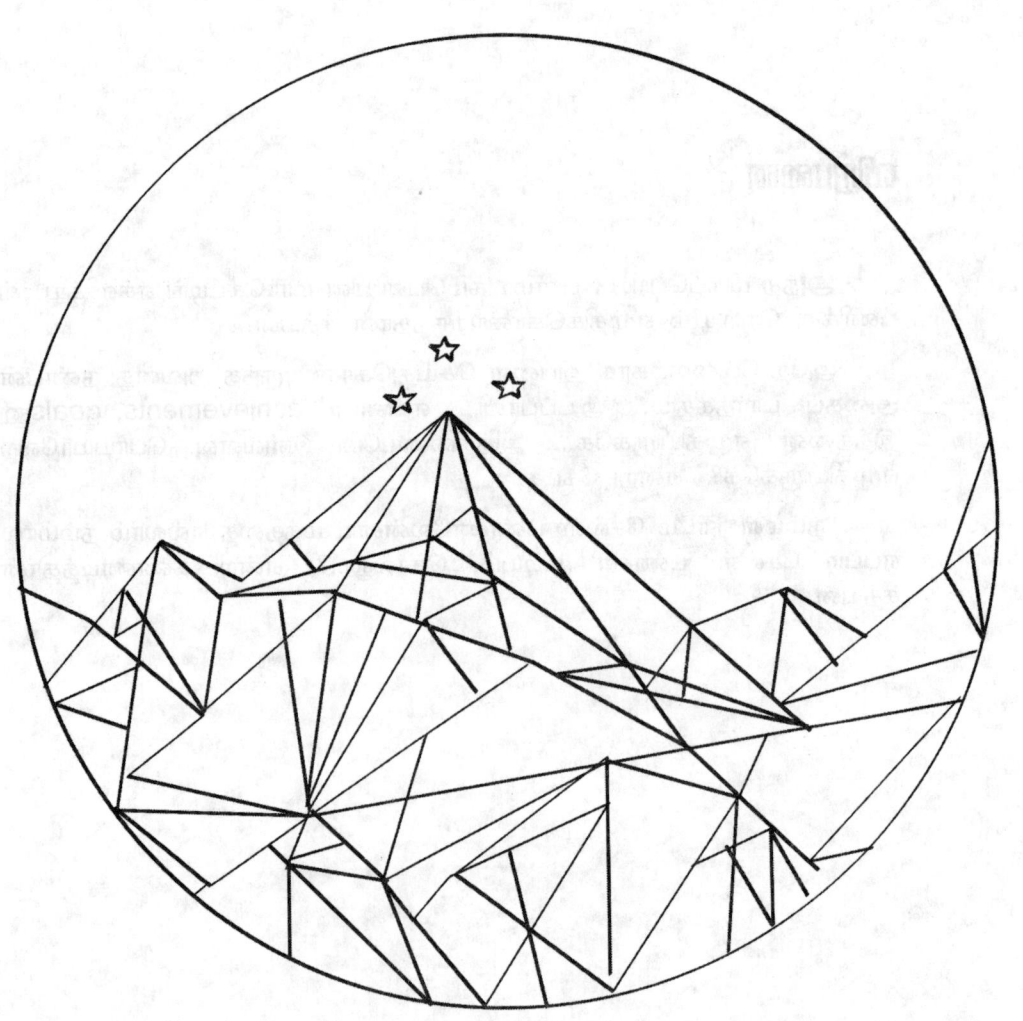

Dhoom 2

என்னோட வேலை ரொம்பக் கஷ்டமான ஒண்ணு. உசுரைப் பணயம் வைச்சுப் பாக்கற வேலை.

நேத்து ராத்திரிகூட அதுபோலத்தான் ஒரு பெரிய மனுஷனோட பேராசைக்கு இந்த சின்னஞ்சிறுசுக வந்து மாட்டிக்கிச்சு.

ஆனது ஆகட்டும்ன்னு, ஒரு முடிவோட அதுங்களை அடைச்சு வைச்சிருந்த அந்த வீட்டுக்குள்ள குதிச்சுட்டேன்.

செம இருட்டு...

சத்தமில்லாம அதுங்களைப் பூட்டி வைச்சிருந்த ரூமுக்குள்ள நுழைஞ்சு, அந்தக் கடைசிப் பூட்டையும் உடைச்சுட்டுப் பாத்தா... ஒரு சின்ன மூட்டையில கட்டிப்போட்டு வெச்சிருக்கான் அந்தப் பெரிய மனுஷன்.

அவனைத் திட்டிட்டே, முடிச்சை அவிழ்த்ததும், அந்த கும்மிருட்டிலும் பளீர்ன்னு மின்னிட்டே சிரிக்குதுங்க, கைநிறைய அத்தனை வைரங்களும்!

திருடன் - போலீஸ்

வினோத்தை வழியனுப்ப ஏர்போர்ட்டுக்கு நைட் நேரத்தில தனியா வந்திருக்கக் கூடாது.

பின்னாடியே ஒரு பைக்... பொண்ணு தனியா ஓட்டறான்னு தெரிஞ்சே வர்றான் போல. காரை எத்தனை வேகமா ஓட்டினாலும், துரத்திட்டே வர்றான்.

யாரையாவது கூப்பிடலாம்னா, ஃபோன் சிக்னல் வேற கட் ஆயிடுச்சு.

இன்னும் இருபது கிலோமீட்டர்தான்... ஒரு விரட்டு விரட்டினா எப்படியும் வீட்டுக்குப் போயிடலாம்...

ஆனா,

அதுக்குள்ள ஓவர்டேக் பண்ணி, காரை மடக்கிட்டான்.

பைக்கில் இருந்து இறங்கினவன் கையில துப்பாக்கி...

'அய்யோ கடவுளே... காப்பாத்து.'

நேரா வந்தவன் காரோட பின் கதவைத் திறக்கிறானேன்னு பயத்தோட திரும்பும்போதுதான் அவனோட போலீஸ் ட்ரெஸ்ஸை கவனிச்சேன்.

ஆமா...

இத்தனை நேரமும் என் காரோட பின் சீட்டுக்கு இடையில் மூச்சுவிடாம ஒளிஞ்சி உக்காந்து இருந்திருக்கான் ஒரு திருடன்!

திருமணம் எனும் நிக்காஹ்

"ஆர்க்கிடெக்சர் தான் படிப்பேன்னு சொல்லி, எத்தனை கஷ்டப்பட்டு படிச்ச..? மேல படிக்கணும்னு வேற ஆசைப்பட்ட... ஆனா கல்யாணத்துக்கப்பறம் வேலைக்கு போகக்கூடாதுன்னு இப்பவே கண்டிஷன் போடறானே. இவன் உன்னை நல்லாப் பாத்துப்பானா திவ்யா..?"

"இல்லம்மா... ப்ரேம் ரொம்ப நல்லவன். எம்மேலே அளவுக்கதிகமான பிரியம். கூடவே இருக்கணும்ன்னு நினைக்கறான்... அவ்வளவுதான்."

"என்னமோ பண்ணு போ..." என்று சொல்லிக்கொண்டே அம்மா ரூமை விட்டு வெளியேற, மீண்டும் கல்யாணப் பத்திரிகைகளில் அட்ரஸ் எழுத ஆரம்பித்தாள் திவ்யா.

"இந்த கல்யாணத்துக்கு ஒத்துக்காதீங்க..!" என்ற குரல் கேட்க...

சரேலென்று நிமிர்ந்தாள்.

கண்ணாடியில் ஒரு சிறுமியின் முகம் தெரிந்தது. அம்மாவின் சாயலிலேயே தெரிந்த அந்தச் சிறுமியிடம்,

"நீ யாரும்மா..?" என்று திவ்யா கேட்க,

"நான் உங்க பேத்தி... எதிர்காலத்துல இருந்து வந்திருக்கேன். நிஜம்மாவே தாத்தா உங்களை நல்லாப் பாத்துக்கல" என்றாள் வருத்தமாக!

அஞ்சு செகண்ட் அட்டகாசம்! ✳ 103

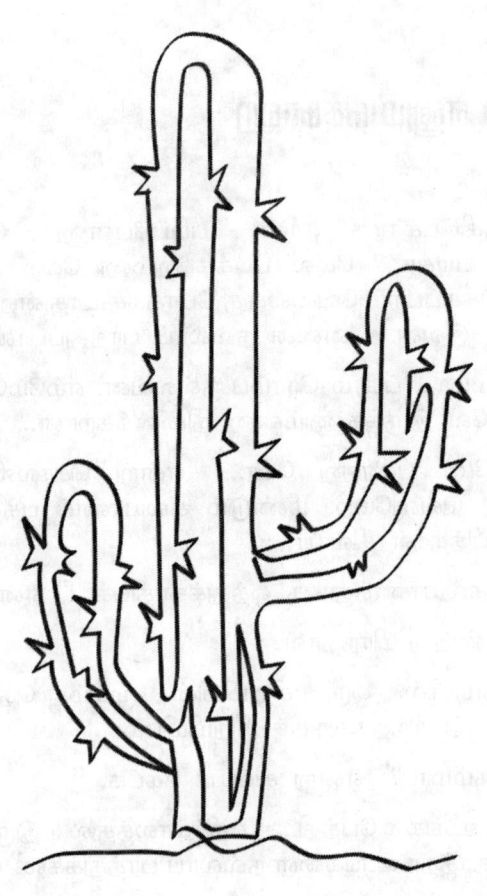

வெள்ளைப் புறா ஒன்று

எப்போதும் தன்னை நிராகரித்துவிட்டு, தன்னருகே இருந்த மற்ற செடிகளின் கனிகளையெல்லாம் தேடித்தேடி உட்கொள்ளும் அந்த வெள்ளைப் புறாவைப் பார்த்து, தாங்க முடியாத வருத்தத்துடன் இருந்த கள்ளிச்செடி, நேரடியாகக் கேட்டே விட்டது...

"என்னிடம் முட்கள் நிறைய இருப்பதால்தான், என்னிடம் நீ வருவதில்லையா..?"

"எனக்குப் பிறந்தவை அனைத்தும் பெண் குழந்தைகள் என்பதால்..." என்று பதிலளித்தபடி பறந்தது அந்த வெள்ளைப் புறா!

சுயசரிதை

"எவ்வளவு கனவோட இருந்தேன் தெரிமா..? ஆனா, இந்தக் கல்யாணம், குடும்பம், கர்ப்பம்... இதெல்லாம், என்னோட கலெக்டர் கனவுகளை அழிச்சுடுச்சு.!" என்று மில் தொழிலாளியான கணவரிடம் அலுத்துக்கொண்டிருந்தாள் சுகுணா.

"அம்மா..." என்று அவளது குட்டிப்பெண் ஓடிவந்து, அவள் கால்களைக் கட்டிக்கொள்ள, குழந்தையைத் தூக்கி மடியில் வைத்துக் கொண்ட அப்பா கேட்டார்...

"பெரிசானா அம்மு என்ன ஆகணும், சொல்லு?"

"டாக்டர்..." என்று மழலை மொழியில் சிரித்தாள் அம்மு என்ற சசிம்மா.

"என்னைக் கல்யாணம் பண்ணதால நீ கலெக்டர் ஆகலேன்னா என்ன? நாம ரெண்டு பேரும் சேர்ந்து இவளை டாக்டர் ஆக்குவோம்" என்றார் அப்பா!

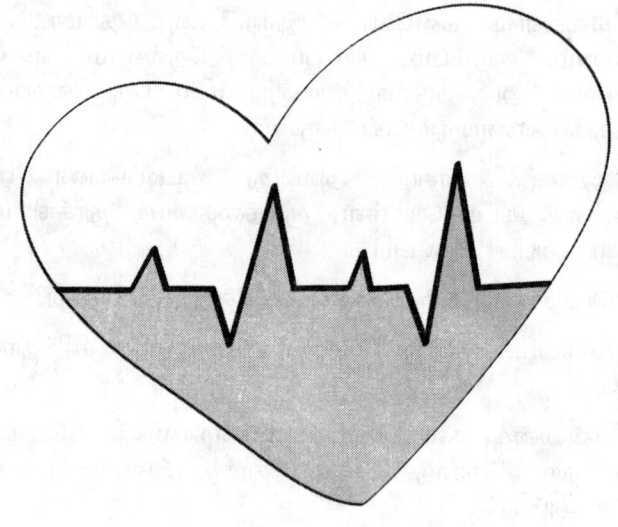

ரிப்பேர்

"செத்துப்போறதுன்னா என்ன..?"

"ஒருத்தரோட உயிரை இதுக்கு மேலேயும் ரிப்பேர் பண்ண முடியாதுங்கற நிலைமைதான் செத்துப்போறது..!"

"இல்லையே... எந்த ரிப்பேரையும் சரி பண்ணிடலாம்ன்னுதானே நமக்கு மெஷின்ஸ்ல சொல்லியிருக்காங்க. நான் வேணா ட்ரை பண்ணட்டுமா..?" என்று கேட்டபடி, தொடர்ந்து ஆக்சிஜனைப் பம்ப் செய்துகொண்டிருந்தது அந்த வென்ட்டிலேட்டர் மெஷின்...

...கோவிட் தொற்றால் மூச்சுத்திணறலுடன் ஐசியூவில் படுத்திருந்த அஞ்சலியின் மீது!

(பிழைப்பதே கடினம் என்ற நிலையிலிருந்த அஞ்சலி, தனது நுரையீரல்கள் முழுமையாக ரிப்பேர் செய்யப்பட்டு, கண்விழித்தாள்!)

நேசம்

திருமணம் முடிந்த மறுநாள் கண்விழிக்கும்போதே,

"குட் மார்னிங் மீனு..." என்று சிரிப்புடன் காஃபியை நீட்டினான் ராகுல்.

காஃபியுடன் அவன் நின்றதை விட, அழகாக இருந்தது அவன் கையில் இருந்த அந்த அழகிய பீங்கான் கோப்பைகள் ஜோடியாகவும், ஒன்றை ஒன்று கைகளை நீட்டியபடி கட்டிக்கொண்டும்.

ஒன்றில் 'ராகுல்' என்றும் மற்றொன்றில் 'மீனா' என்றும் பெயர் பொறிக்கப்பட்டிருந்தது..

ஆச்சர்யமாக அவனைப் பார்த்தவளிடம், "நிச்சயத்துக்கு அடுத்த நாளே ஸ்பெஷலா ஆர்டர் பண்ணி வாங்கினது... சர்ப்ரைஸா இருக்கட்டுமேன்னு இன்னிக்கு..." என்றான் ராகுல்.

அன்றுமுதல்,

அதிகாலைகளில்... அந்திமாலைகளில்... பல மகிழ்ச்சியான தருணங்களில் எல்லாம் அவர்களுடனேயே வாழ்ந்துகொண்டிருந்தது, அந்தக் கோப்பைகள் இரண்டும்.

இன்று காலையில் எப்போதும்போல ஆரம்பித்த காஃபி டைம், ஏதோ விதண்டாவாதத்தில் முடிய... கோபத்தில் ராகுல் மீனாவை அறைந்த கணத்தில்...

...கீழே விழுந்து நொறுங்கியது மீனாவின் கோப்பை!

சீச்சீ...

தனியாக நடந்து சென்றுகொண்டிருந்தது அந்த நரி. பசியும் தாகமும் எடுக்க வழியில் இருந்த திராட்சைத் தோட்டத்திற்குள் நுழைந்தது அது.

கொத்துக்கொத்தாய்க் காய்த்துத் தொங்கிக்கொண்டிருந்த திராட்சைக் குலைகளை, நிமிர்ந்து பார்த்த நரி, பழைய அனுபவத்தால் மெல்ல அந்த இடத்தை விட்டு நகர்ந்தபோது, எங்கிருந்தோ ஓடிவந்த முயல் ஒன்று,

"நண்பா... நீ முன்பு சாப்பிட்டது போல, இந்தத் திராட்சை பழங்கள் புளிக்காது. என் தோட்டத்துப் பழங்கள் இனிப்பானவை. நான் உனக்குப் பறித்துத் தருகிறேன்" என்றபடி திராட்சைக் கொத்துகளை பறித்துத் தர,

...மகிழ்ச்சியுடன் முயல்கறியை உண்டது தந்திர நரி!

#இந்தப் பழம் எப்பவும் புளிக்கும்!

தடகளம்

"இந்த முறை, ஓட்டப்பந்தயத்தில், வெற்றியைத் தவறவிடக்கூடாது. ஆமைதானே என்று அலட்சியமாகத் தூங்கியதால்தானே சென்றமுறை தோல்வியைத் தழுவ நேரிட்டது. நடக்கவிருப்பதோ 'அல்ட்ரா மராத்தான் ஓட்டம்'... ஆயிரம் மைல்கள்... பல நாட்கள்... இதை எப்படியும் ஜெயித்துவிட வேண்டும்" என்று தன்னைத் தயார்படுத்திக்கொண்டது முயல்.

பத்தாவது நாளன்று, முயல் வென்றுவிட்டாலும் மீண்டும் மெடல் வாங்கியது ஆமைதான்.

என்னதான் முயல் வேகமாய் ஓடும் என்றாலும் இந்தமுறை மாட்டிக் கொண்டது...

...ஊக்கமருந்து சோதனையில்!

நேர்மை

வீக் எண்ட் பார்ட்டியில் ஐஸ்க்ரீமைச் சுவைத்தபடியே அர்ஜுனைப் பார்த்துக் கேட்டாள் ஸ்வேதா.

"உண்மை பேசறவங்களைத்தான் எனக்கு ரொம்பவே பிடிக்கும் அர்ஜுன். இந்த ட்ரெஸ்ல நான் அழகா இருக்கேனா... உண்மையைச் சொல்லு?"

'இத்தனை நாள் கழிச்சு இப்போதான் ஒரு சான்ஸ் கிடைச்சிருக்கு. எப்படியாச்சும் இவளை இம்ப்ரஸ் பண்ணிடணும். பொய் சொன்னா பிடிக்காதுன்னு வேற சொல்றா...' என்று தனக்குள் எண்ணியவாறே பேசத் தொடங்கினான் அர்ஜுன்.

''ஸ்வேதா, யாராவது உன்கிட்ட சொல்லிருப்பாங்களான்னு தெரியல... நீ கொஞ்சம் அழகு கம்மிதான்... லைட்டா குண்டு வேற... ஐஸ்க்ரீம், சாக்லெட் எல்லாம் குறைச்சுட்டா நல்லதுன்னு நினைக்கிறேன்"

அடுத்த வார வீக் எண்ட் பார்ட்டியில், அர்ஜுன் டேபிளுக்குச் சற்று தூரத்தில் அருணுடன் உட்கார்ந்திருந்த ஸ்வேதா கேட்டுக் கொண்டிருந்தாள்...

"உண்மை பேசறவங்களை எனக்கு ரொம்பவே பிடிக்கும் அருண். இந்த ட்ரெஸ்ல நான் அழகா இருக்கேனா?"

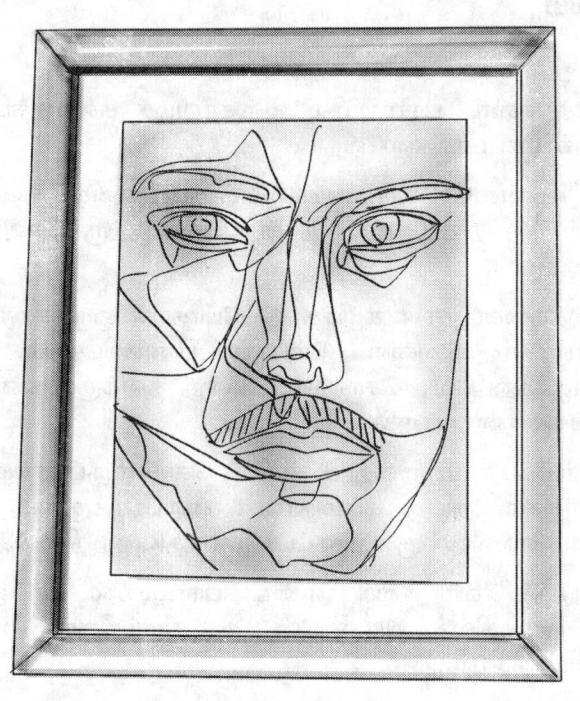

விபத்து

'அன்று நடந்த விபத்தில் ஏற்பட்ட தழும்பு, இன்னும் முகத்திலிருந்து மறையவில்லை.

லேசான சுருக்கங்கள்கூட தெரிய ஆரம்பித்துவிட்டன...

காதோரம் நரையும் எட்டிப்பார்க்கிறது...

விடியவிடிய தூங்காமல் இருப்பதன் விளைவுதான், கண்களின் சோர்வு மெல்ல வெளியில் தெரியத்தொடங்குகிறது.

நாளைமுதல் தூக்கத்தைக் கொஞ்சம் சரி செய்யவேண்டும்'

என எண்ணியபடி, கண்ணாடியை உற்றுப் பார்த்துக்கொண்டிருக்கும் போது, தூக்கத்திலிருந்து மெல்ல எழுந்தாள் எனது பதினெட்டு வயது மகள்.

அவளது படுக்கையறைச் சுவரில் மாலைக்குப் பின் தொங்கும் எனது புகைப்படத்திற்குள் மீண்டும் வாழத் தொடங்கினேன் நான்!

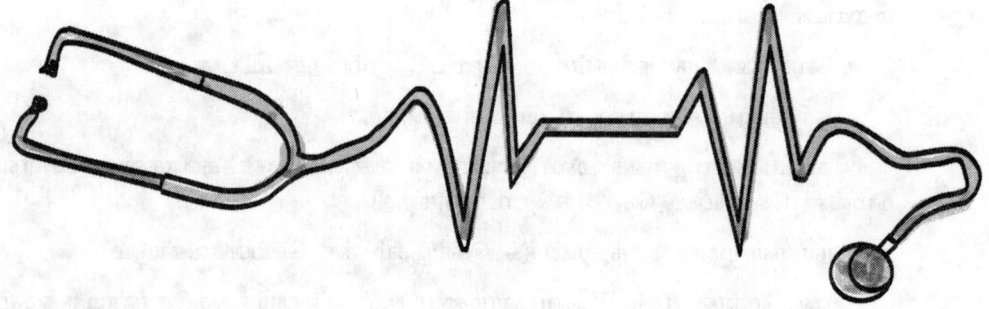

கோணலானாலும்...

விருதுகள் பல பெற்ற மிகப்பிரபலமான ஓவியர்...

அன்று...

கோடுகளை தனது மகன் நேராக வரையாமல் கோணலாக வரைந்த போதெல்லாம் திட்டியவர்...

இன்று...

ஒரு விபத்தில், தலையில் அடிபட்டு ஐ.சி.யூ.வில் உயிருக்குப் போராடிக் கொண்டிருக்கும் தனது மகனின் இதயத் துடிப்பைக் காட்டும் மானிட்டரின் கோடுகள் நேராகிவிடக் கூடாது என்று பிரார்த்திக்கொண்டிருக்கிறார்...

...கோணல்களும் சேர்ந்ததுதானே வாழ்க்கை?!

கொரோனா வகுப்புகள்

"ராகுல்... நாளைல இருந்து ஸ்கூலுக்குப் போகணும்... கொரோனா கொரோனான்னு ரெண்டு வருஷமா ஆன்லைன் கிளாஸ்ல படிச்சது இன்னியோட முடியுது'' என்று அம்மா சொன்னதும்,

'அப்பாடா... இனிமேலாவது பகல்ல எனக்கு ரெஸ்ட் கிடைக்கும்' என்று நிம்மதிப் பெருமூச்சு விட்டது மொபைல்.

அதேசமயம்,

'இனிமேலாவது என்னைத் தேடி வருவான். இந்த வீட்டை விட்டு உலகத்தைக் காட்டலாம் இவனுக்கு...'

என்று சந்தோஷமாக நினைத்தது அவனது புத்தகம்!

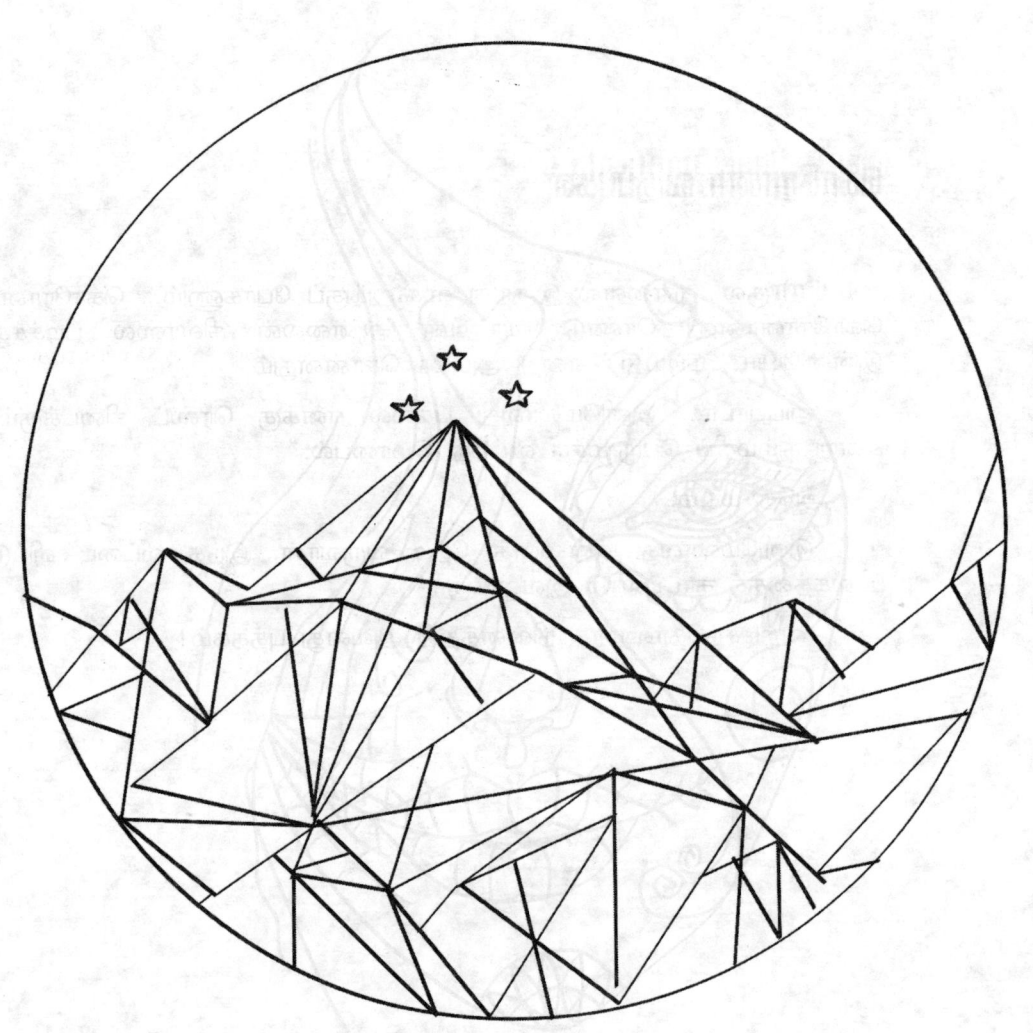

நெட்வொர்க் ப்ராப்ளம்

லிசா இங்கிருந்து கோபமா கிளம்பி, அஞ்சு நாளாயிடுச்சு. பக்கத்தில இருந்தாக்கூட பரவால்ல... எத்தனை தரம் ட்ரை பண்ணாலும் கட் பண்றா... ஆன் பண்ணா அவகிட்ட நேராவே கேட்டுடலாம்... இன்னும் கோபம் தீரல போல...

இன்னிக்கும் சாட்டிலைட் ஃபோன்ல, அவ நம்பருக்கு விடாம டயல் செஞ்சேன்... அப்பாடா... ஒரு வழியா ஆன் பண்ணிட்டா...

"லிசா... சாரிம்மா"ன்னு அவ கிட்ட கெஞ்சிட்டு, பிக்செல்ஸ்ல வேகமா ட்ராவல் பண்ணி, லிசாவைப் பாக்கப் போயிட்டே இருக்கேன்.

ச்சே... இப்பப் பாத்து நடுவழியில நெட்வொர்க் கட் ஆயிடுச்சு.

இப்ப நான் மார்ஸ்க்குத் திரும்பறதா...

இல்ல வெயிட் பண்ணி பூமிக்குப் போய், லிசாகிட்ட சாரி கேக்கறதா?

மொபைல் ஆஃபிஸ்ல கொஞ்சம் கேட்டுச் சொல்லுங்க... ப்ளீஸ்!

ககககபோ

இந்த முறை ரம்பையின் நடனத்தைக் காணபதோடு எப்படியாவது அவளுடன் ஒரு செல்ஃபி எடுத்துவிட வேண்டும் என்ற முடிவுடன் இந்திரலோகத்திற்குள் நுழைந்தான் 23ஆம் புலிகேசி.

தாகம் எடுக்கவே, வழியில் இருந்த குடிலுக்கு முன்பாக நின்று, புலிகேசி தண்ணீரை யாசிக்க...

உள்ளேயிருந்து வந்த அந்த அழகி, மாவரைத்துக்கொண்டிருந்த கைகளோடு தண்ணீரைக் கொண்டுவந்து தந்தாள்.

“நான் ரம்பை டான்ஸைப் பாக்கப் போயிட்டிருக்கேன்... அவங்க இப்ப எங்க இருப்பாங்க..?” என்று புலிகேசி அவளிடம் கேட்க,

“எல்லா நேரமும் டான்ஸ் ஆடிட்டே இருக்க முடியாது... வீட்டிலயும் வேலை இருக்கும்ப்பா...”

என்று சொல்லிவிட்டு உள்ளே சென்றாள், ரம்பை!

றெக்க

“உனக்குப் பறக்கறது பிடிச்சதா டேனி..?”

“ஓ... சூப்பரா இருந்துச்சு காட்... இதுவரைக்கும் ஃப்ளைட்லதான் பறந்திருக்கேன். இதான் ஃபர்ஸ்ட் டைம், ஈகிள் மாதிரி, நானே றெக்கையை விரிச்சு ஸ்பீடாப் பறந்தேன்... பறக்கும்போது, க்ளவ்ட்ஸைத் தொட்டேனா, ஜில்லுன்னு இருந்துச்சு... ரெண்டு பேர்ட்ஸை ஓவர்டேக்கூட பண்ணேன்...

அப்பறம் அந்தத் தேங்காய்... எனக்கு எட்டவே எட்டாதில்ல... அதையும் ஈசியாப் பறிச்சேன். இந்த ஹாலிடேஸ்தான் என்னோட பெஸ்ட். தேங்க்யூ காட்” என்று சந்தோஷமாகச் சிரித்த டேனியை தட்டிக்கொடுத்தார் கடவுள்.

ஏதோ யோசித்தவன்போல, “ஆனா, இனிமே எனக்கு விங்ஸ் வேணாம் காட்” என்று திருப்பி நீட்டினான் டேனி.

“ஏன்...?” என்று கேட்ட கடவுளிடம்,

“நாளைல இருந்து எனக்கு ஸ்கூல் ஆரம்பிக்குது” என்று வருத்தத்துடன் தனது backpackக்கில் புத்தகங்களை அடுக்கினான் டேனி!

அழகிய பெண்ணே...

"இதுதான் அந்த மேஜிக் மிரர்..." என்று தேஜாவிற்குக் காட்டினாள் அம்மா சங்கீதா.

"இந்த மிரர்ல அப்படி என்ன மேஜிக் இருக்கு..?" என்று கேட்ட தேஜாவிடம், ஸ்நோ ஒயிட் கதையை புத்தகத்தில் காட்டியபடியே,

"இந்த ஊர்லயே ரொம்ப அழகான பொண்ணு யாருன்னு மேஜிக் மிரர் கிட்ட ஸ்நோ ஒயிட் கேட்டப்ப, அது நம்ம தேஜா குட்டியைத்தான் காமிச்சதாம்" என்று கதையை மாற்றிச் சொன்னாள் சங்கீதா.

"இதுல என்னம்மா மேஜிக் இருக்கு..? இந்த உலகத்திலேயே நான்தானே அழகு?" என்று கேட்டாள் தேஜா!

தனிக்குடித்தனம்

"இந்த வீட்டில எனக்கு இருக்கவே பிடிக்கல... எத்தனை பேரு ஒரே வீட்டில... என்னால முடியாது சாமீ..."

"கூட்டுக்குடும்பம்ன்னு தெரிஞ்சுதானே கல்யாணத்துக்கு சரின்னு சொன்னே... இப்ப மட்டும் ஏன்..?"

"இல்ல... எங்க அம்மா எப்பவுமே சொல்லுவாங்க... 'எலி வளைன்னாலும் தனி வளை வேணும்'ன்னு..."

அந்த எறும்புகள் இரண்டும் போட்டுக்கொண்ட சண்டையைப் பார்த்தபடி மெதுவாக நகர்ந்தது, கூட்டுக்குடும்ப வாழ்க்கைக்கு ஏங்கிய நத்தை...

...தான் மட்டும் தனியாக, தனது வீட்டையே தனது முதுகில் சுமந்தபடி!

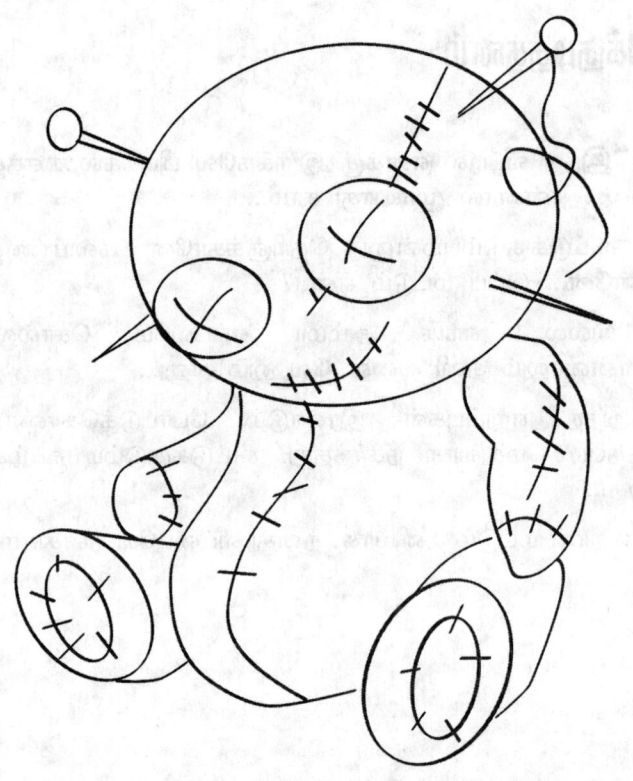

லிஃப்ட்

"13வது ஃப்ளோர்ல, 13ஆம் நம்பர் வீடு வேணாம்ன்னு தலையால அடிச்சுட்டேன்... கேட்டாரா..? என்னன்னமோ நடக்குது இந்த வீட்டில... அதுவும், மனோ கம்பெனி வேலையா வெளியூர் போயிருக்கற சமயம் பாத்து, பூட்டி இருக்கற ரூம்ல ஒரு பொண்ணு சிரிக்கற சத்தம் கேக்குது... சாமி படம் தன்னால உடையுது... கண்ணாடியில ஒரு பெரிய பொட்டு, ரத்தம் போல தெரியுது... போதாததுக்கு திடீர்னு டிவி தன்னால ஆன் ஆகி பேய்ப்படமா ஓடுது... இனி ஒரு நிமிஷம்கூட குழந்தையை வைச்சுட்டு இங்கே இருக்கக் கூடாது..."

பயத்தில் புலம்பியபடி மைதிலி, பொம்மையை அணைத்தவாறு தூங்கிக்கொண்டிருந்த ஏழுமாதக் குழந்தையை வாரி எடுத்துக்கொண்டு, வேகமாக லிஃப்ட்டுக்குள் பாய்ந்தாள்.

லிஃப்டின் கதவு மூடிக்கொண்டதே தவிர, லிஃப்ட் 13வது மாடியைவிட்டு நகருவதாயில்லை.

என்ன செய்வது என்று படபடக்கும் இதயத்துடன் குழந்தையை மைதிலி அணைத்துக்கொள்ள,

"லிஃப்ட் கீழே போகற ஸ்விட்சை ப்ரஸ் பண்ணு மைதிலி..." என்று கரகரத்தது குழந்தையின் கையிலிருந்த அந்த பொம்மை!

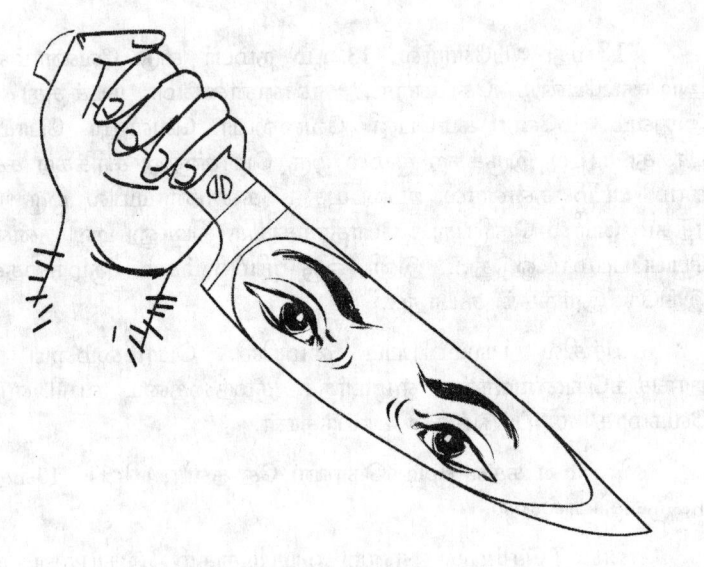

இரங்கல் செய்தி

இன்னிக்கும், வேல முடிய செம லேட்டு..!

இப்பவே மணி பத்தரை...

சீக்கிரமா வீட்டுக்குப் போகலாம்ன்னு, வண்டியை குறுக்குச்சந்துல திருப்பினா, இந்நேரத்துல இருட்டுல ஒருத்தன், வழி கேக்கற மாதிரி கையில பேப்பரோட நிக்கறான்.

"அண்ணா... கொஞ்சம் இதைப்படிங்க..."ன்னு ஒரு பேப்பரையும் கையில தர்றான்.

அட...

இவன் கையில இன்னைக்கே எப்படி, நாளைக்குத் தேதி போட்ட நியூஸ் பேப்பர்..?

ஆனா, அதுல ஏன் என் படம்..?

அய்யோ...

கீழே, பெரிய எழுத்துல 'வழிப்பறி கொள்ளையனால் குத்திக் கொலை செய்யப்பட்ட பட்டதாரி பரிதாப மரண...'

...படிக்கப்படிக்க, அந்தக் கத்தியை அவன் எனக்குள் சொருகினான்!

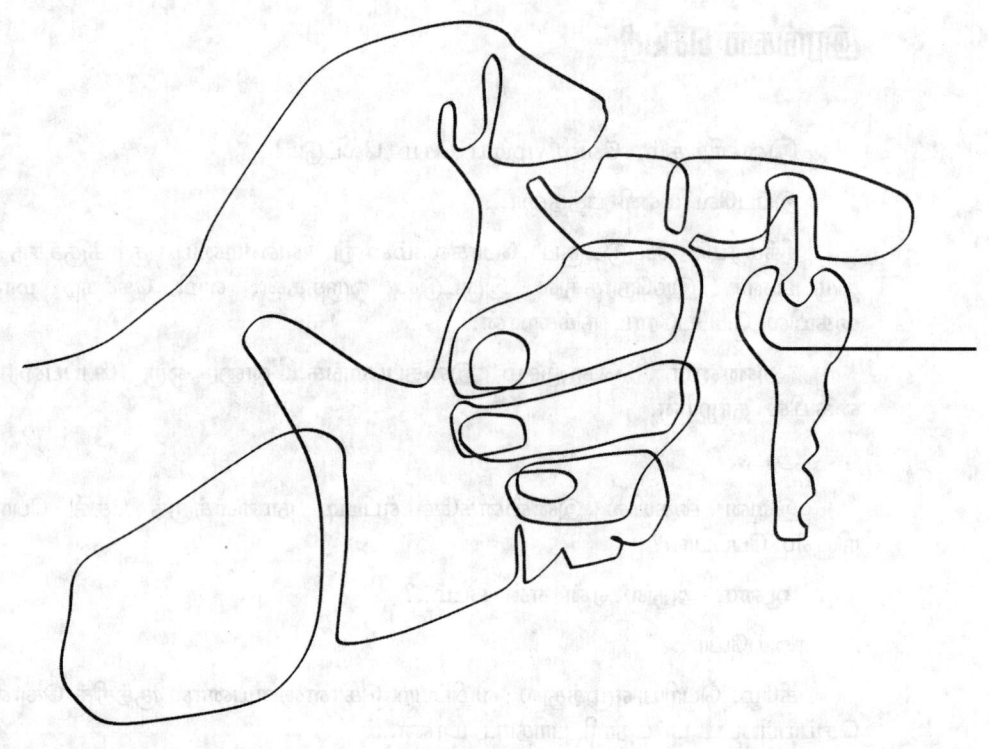

குறிசொல்லி

"டேய்... மிஸ்ஸான அத்தனையும் முக்கியமான டாக்குமெண்ட்ஸ்... நிஜம்மாவே இந்தாளு கண்டுபிடிச்சுக் குடுத்துடுவாரா...?" என்று சந்தேகமாகக் கேட்ட அமைச்சரிடம்,

"அய்யா... குறி சொல்றதுல இவரை விட்டா, நம்ம ஊர்லயே வேற யாருமில்லைங்க. நீங்க வேணாப் பாருங்க... அந்தப் பேப்பரெல்லாம் எங்கே வைச்சோம்னு கரெக்ட்டா சொல்லிடுவாரு" என்று மந்திரியின் பி.ஏ. உறுதியளித்தார்.

சொன்னதுபோலவே டாக்குமெண்ட்ஸ் இருந்த இடத்தை ஆருடம் பார்த்து, சரியாகச் சொன்னார் பாலு ஜோதிடர்.

சந்தோஷமான அமைச்சர், ஜோதிடரை குடும்பத்துடன் அவரது வீட்டிற்கு விருந்துக்கு அழைக்க,

"அய்யா... நீங்க முன்னாடி போங்க... நாங்க பின்னாலயே வர்றோம்" என்று அமைச்சரை அனுப்பிவிட்டு வீட்டுக்குள் நுழைந்தவர்,

"இந்த வீட்ல மட்டும் எதுவுமே வெச்ச இடத்துல இருக்கறதில்ல... எப்படித்தான் கண்டுபிடிக்கிறதோ தெரியல..?" என்று அலுத்தபடி தனது கார் சாவியைத் தேடிக்கொண்டிருந்தார், அந்தக் குறிசொல்லி!

இரவுப்பறவை

"இன்றைக்கும் தூக்கம் வரவில்லை என்பதற்கு என்ன கதை வைத்திருக்கிறாய்..?" என்றபடி அந்த முதியோர் இல்லத்தின் முதல் மாடி ஜன்னலில் வந்து அமர்ந்தது அந்தக் கோட்டான்.

முன்னரே...

அப்பா ஓடிப்போனது, அம்மா கஷ்டப்பட்டது, நான் வேலை செய்தபடியே படித்தது... ஆகியவற்றை சொல்லி முடித்திருந்த நான், கல்லூரிக் காதலில் தோற்ற கதையை இன்று சொல்லத் தொடங்கினேன்...

நள்ளிரவில் ஆரம்பித்த கதையைச் சொல்லி முடிக்கும் முன்பே விடிய ஆரம்பிக்க, தனக்குத் தூக்கம் வருவதாகச் சொல்லி, கொட்டாவி விட்டபடி பறந்துசென்றது அந்த இரவுப்பறவை...

அதனால் என்ன...

மனைவி இறந்த கதை, மற்றொருத்தி ஏமாற்றிய கதை, மகன் என்னை கைவிட்ட கதை... என எண்ணற்ற ஏமாற்றக் கதைகள் இப்போதும் என்னைத் தூங்கவிடாமல் செய்வதைச் சொல்ல அடுத்த இரவுக்காக ஆவலுடன் காத்திருக்கிறேன்!

பரிணாம வளர்ச்சி

“**எ**த்தனை நாள்தான் இது கூடவே விளையாடறது... போரடிக்குதும்மா...” என்று சலித்துக் கொண்டாள் இயற்கைத் தாயின் மகள்.

“ஏன் செல்லம்... உனக்குத்தான் மீன் பிடிக்குமே” என்று ஆச்சர்யப்பட்ட இயற்கை அன்னையிடம், “பிடிக்கும்தான். ஆனா அது எப்பவும் தண்ணிக்குள்ளயே இருக்கே... அப்பப்ப வெளியே வந்தும் விளையாடினாத்தானே நல்லா இருக்கும்?” என்றாள் மகள்.

“வெளியே வந்தா அதோட உருவம் மாறுமே... பரவால்லயா?” என்ற அம்மாவின் கேள்விக்கு, “அட அதுவும் நல்லாத்தானே இருக்கும்?” என்றாள் மகள்.

“அப்ப நீ வெளியே கூப்பிடு. அது வரும்” என்றாள் இயற்கை அன்னை.

உடனே தனக்குப்பிடித்த ஒரு மீனை அழைத்து,

“நீ எங்கூட வெளியே விளையாட வருவியா?” என்று மகள் கேட்க, புதிய இடத்தைப் பார்க்கும் ஆர்வத்துடன் ஆமோதித்தது அந்த மீன். நீரிலிருந்து மீனை அவள் வெளிக்கொணர, அதற்குக் கால்கள் முளைத்து, அதன் தோல் தடிமனானனது. மெல்ல அதை நடைபழக்கிக் கொண்டே,

“இதுக்கு என்ன பேர் வெக்கலாம்மா..?” என்று அம்மாவைக் கேட்க,

“இதை ஆமைன்னு கூப்பிடும்மா” என்று புன்னகைத்தாள் இயற்கை அன்னை!

எதிர்காலம்

அந்த மந்திரவாதியின் லைப்ரரியில் யாருக்கும் தெரியாமல், இந்த அதிசயப் புத்தகத்தைத் திருடிக்கொண்டு வந்துவிட்டேன்.

'எதிர்கால வாழ்க்கைப் புத்தகம்' என்று அட்டையில் பொன் எழுத்துக்களால் பொறிக்கப்பட்டிருந்தது.

'உனது பெயர், நீ பிறந்த வருடம் மற்றும் பிறந்த நாளில் தேடினால் உனது எதிர்காலத்தை நீ தெரிந்துகொள்ளலாம்...' என்ற முன்னுரையுடன் தொடங்கிய புத்தகத்தில் எனது பக்கங்களைத் தேடினேன்...

ஆச்சர்யம்... ஒவ்வொரு தேதியிலும் எனக்கு நடந்த அனைத்தையும் தெளிவாக விவரித்துக்கொண்டிருந்தது, அதன் பக்கங்கள்.

சென்ற வருடம், இந்த வருடம், போன மாதம், போன வாரம், நேற்று... ஏன் இன்றுவரைகூட எல்லாம் அச்சடித்ததுபோல் சரியாய் இருக்க, படபடப்புடன் அடுத்தப் பக்கங்களைப் புரட்டினேன்...

நாளை, நாளை மறுநாள், அடுத்த மாதம், அடுத்த வருடம் என அடுத்து வந்த பக்கங்கள் எல்லாம் வெறுமையாக இருந்தன...

தேடலுடன் அதன் கடைசிப் பக்கத்தை திருப்பியபோது,

'உனது எதிர்காலம், உன்னால்தான் எழுதப்படும்'

என்று சொல்லி பின்னால் நின்று சிரித்துக்கொண்டிருந்தான் மந்திரவாதி!

எதிரும் புதிரும்

ஒரு சிறிய கண்ணாடிக்குடுவைக்குள் அனைத்தையும் தத்ரூபமாக உருவாக்கி வைத்திருந்தான் அந்தக் கலைஞன்.

ஒரு கடல், அதில் மிதக்கும் ஒரு கப்பல், கப்பலில் பயணிக்கும் மாலுமிகள், கப்பலுக்கு கீழே மீன்கள் என அனைத்தும் ரம்மியமாய்...

ஆச்சர்யத்துடன் அந்தக் குடுவையைத் தொடப்போன சிறுமியிடம், "பத்திரம்... உடைச்சுடாம பாரும்மா..." என்றான் கலைஞன்.

கலைஞன் திரும்பிய அதேவிநாடி,

"இதை உடைச்சு எப்படியாவது என்னை வெளியே விட்டுடுடா..."

என்று கலைஞனுக்குத் தெரியாமல் அந்தச் சிறுமியிடம் கெஞ்சி ஆர்ப்பரித்தது கடல்!

திருஷ்யம்

தீபாவைப் புதைச்சு நாலு மாசமாச்சு...

வேலை, வேலைன்னு என்னை நானே மாத்திட்டதாலயோ என்னவோ, எனக்கும் கொஞ்சம் கொஞ்சமா குற்றஉணர்ச்சி குறைய ஆரம்பிச்சிடுச்சு. இயல்பா இருக்கக்கூட ஆரம்பிச்சுட்டேன்.

அவளை நான் மறப்பேன்னு அம்மா நம்பவே இல்லை.

நேத்து மெதுவா எங்கிட்ட கல்யாணப் பேச்சை ஆரம்பிச்சாங்க. நானும் ரொம்ப யோசிச்சு, கடைசியா சரின்னு சொல்லிட்டேன்...

எல்லாம் இன்னிக்குக் காலைல அம்மாவை கோயிலுக்குக் கூப்பிட்டுப் போறவரைக்கும்தான்.

கோயில் படிக்கட்டுல அவங்க ரெண்டு பேரையும் ஒன்னாப் பாத்தேன்.

...தீபாவையும், அவ வீட்டுக்காரரையும்தான்.

நான் கொன்னு புதைச்ச என் தீபாவோட ஞாபகங்கள் அத்தனையும் திரும்பவும் உயிர்த்தெழுந்துடுச்சு!

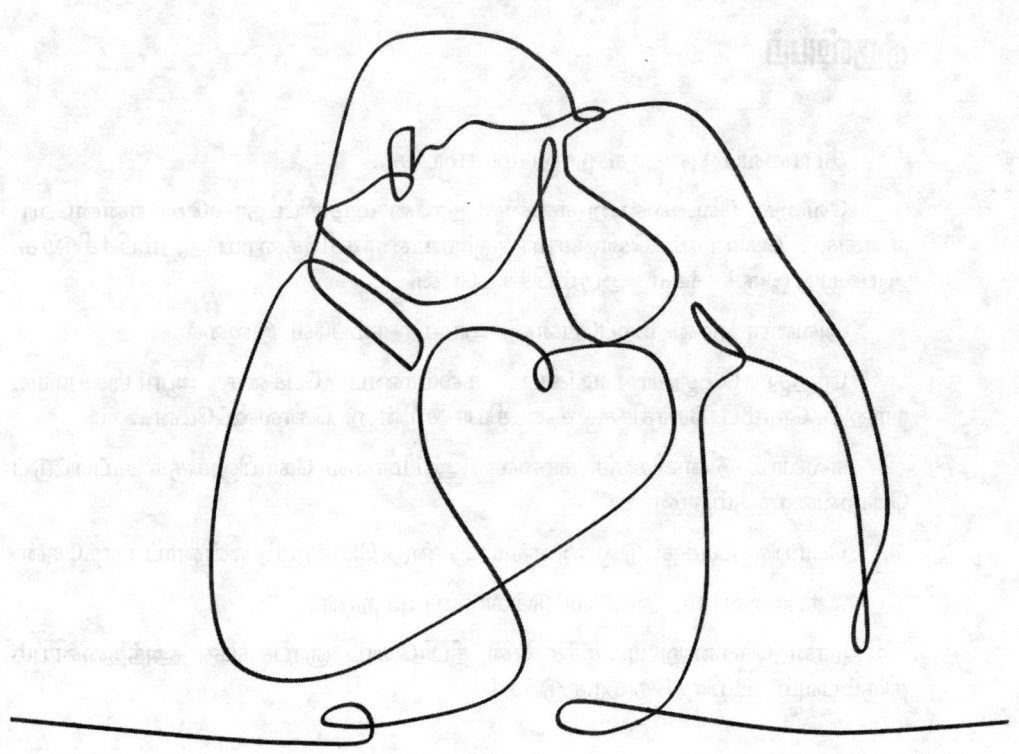

மாற்றங்கள்

கோபித்துக்கொண்டு பிறந்தவீட்டுக்கு வந்திருந்த மகளை, அவள் கணவன் ஃபோனில் சமாதானம் செய்துகொண்டிருந்தான்.

இப்போது அவள் முகத்தில் கோபம் மறைந்து சந்தோஷம் தெரிய ஆரம்பித்திருந்தது.

காதலுடன் அவள் ஃபோனில் சொல்லிக்கொண்டிருந்தாள்...

"தெரியும் தெரியும்... உன்னைவிட அதிகமா வேற யாரு என் மேல் அன்பா இருக்க முடியும்..?"

பேசிக்கொண்டிருந்த மகளைப் பார்த்து புன்னகைத்துக்கொண்டு இருந்தார், அப்பா!

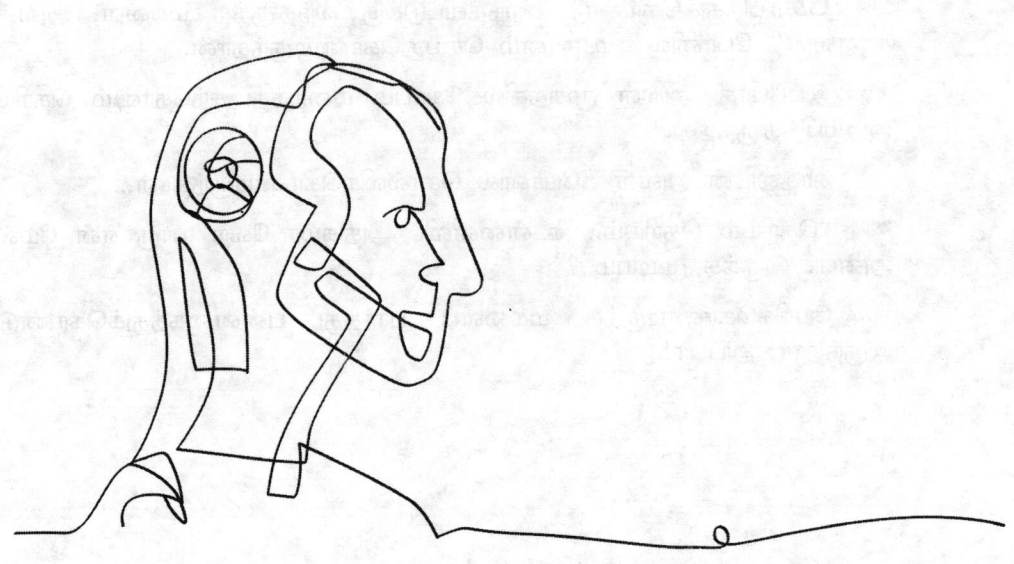

மதம்

தனது ரொபாட்டிக்கோ கிரகத்தில் பணிபுரிய, சிறிதும் பெரிதுமாக மனிதர்களிலும் மேம்பட்ட வெர்ஷன் ரோபோக்களை உருவாக்கிய அந்த விஞ்ஞானி, தலைமை ரோபோவிடம்,

"இனிமேல் நீங்கள்தானே இந்தக் கிரகத்தை ஆளப்போகிறீர்கள். உங்களுக்கு சிந்திக்கவும் தெரியும்... நீங்கள் நல்வழியில் செல்ல ஏதுவாக, முன்பு மனிதர்களுக்கு இருந்ததைப்போல உங்களுக்கென்று ஒரு தனிக் கடவுளையும் மதத்தையும் ப்ரோக்ராம் செய்யட்டுமா?" என்று கேட்டார்.

சற்றே சிந்தித்த தலைமை ரோபோ,

"மிக்க நன்றி... வேண்டாம்... ஏற்கெனவே, இதற்கு முன் பூமியில் என்ன நடந்தது என்பதை நான் அறிவேன்" என்று பதிலளித்தது!

கலப்புத்திருமணத்தின் சுவை

"என்னை மாதிரி உருண்டையா இல்லாம நீ ரொம்ப செவப்பா, அழகா இருக்க... பத்தாதுக்கு நீ வேற ஜாதி, நான் வேற ஜாதி... நாம ஒன்னு சேரவே முடியாதா..?" என்று ஏக்கத்துடன் தக்காளியைப் பார்த்துக் கேட்டது உருளைக்கிழங்கு.

"உன்னோட காதல் உண்மையா இருந்தா, அந்தக் கடவுளாலகூட நம்மைப் பிரிக்க முடியாது... காத்திருப்போம், காலம் பதில் சொல்லும்!" என்று உருளையைத் தேற்றியது தக்காளி.

உருளைக்கிழங்கின் காதல் உண்மைதான் போல...

இன்றும், உணவகங்கள் எங்கும் ஃப்ரெஞ்ச் ஃப்ரைஸ் வாங்குபவர்கள் அத்தனைபேரும், டொமேட்டோ கெட்சப்பாக தக்காளியையும் சேர்த்து வாங்காமல் இருப்பதில்லை!

பெண்ணுரிமை

"எனக்குப் புரியவில்லை. சொந்தக் கணவரே கற்பழித்ததாக எப்படிச் சொல்ல முடியும்?"

என்று வழக்கை விசாரித்த அந்த நீதிபதியே கேட்டபோதுதான், அவளுக்கு ஆண்கள் மீது இருந்த கடைசி நம்பிக்கையும் கரைந்துபோகத் தொடங்கியிருந்தது!

#நோ மீன்ஸ் நோ!

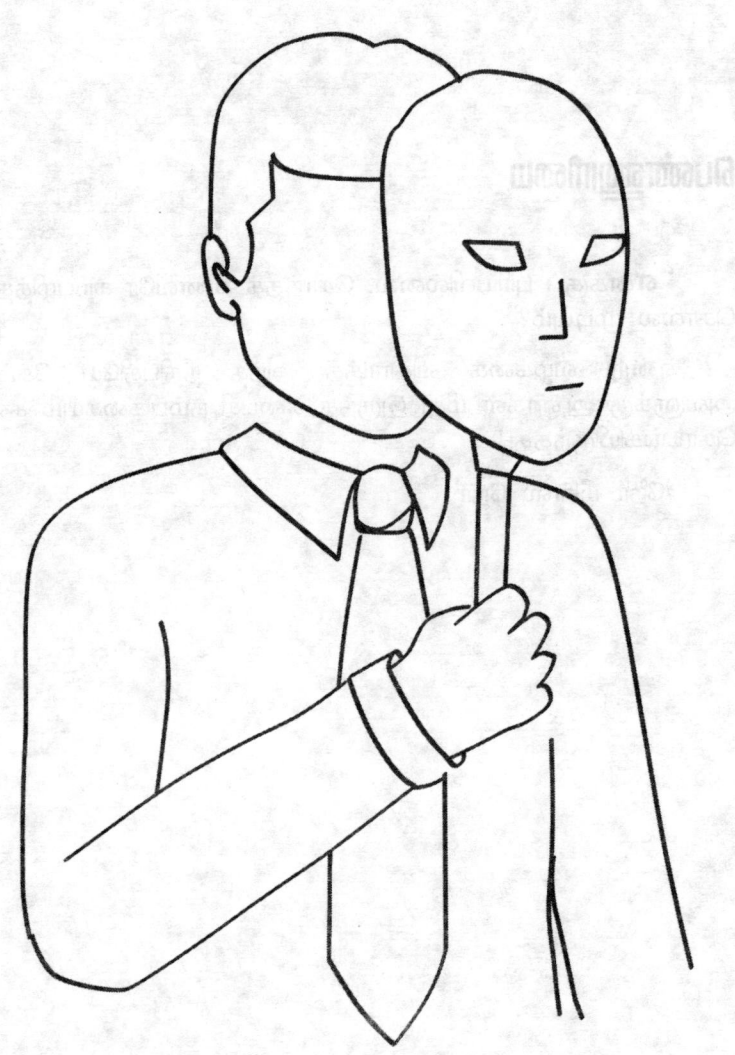

பரிதாபம்

'**வே**லைக்கு ஜாயின் பண்ண நாள்ல இருந்து, இன்னிக்கு வரை இந்த மேனேஜர்கிட்ட திட்டு வாங்கி மாளல... தப்பே பண்ணாதப்பகூட திட்டு வாங்கறதுதான் ரொம்பவும் வலிக்குது...

இன்னிக்கு மட்டும் அவர் எதுவும் பேசட்டும், அவரை ஒருவழி பண்ணிடறேன்..'

என்று மனதுக்குள் பேசியபடி, தீர்மானமாக அலுவலகத்திற்குள் நுழைந்தான் ராஜ்.

உள்ளே நுழைந்தபோது மும்பையிலிருந்து வந்த ரீஜனல் மேனேஜர், அவனது மேனேஜரை அறையில் வைத்து திட்டிப் பிளந்துகொண்டிருந்தார்..

ஆனால் இவரோ, ஒரு வார்த்தை கூடப் பேசாமல் தலையைக் குனிந்தபடி பரிதாபமாக திட்டு வாங்கிக்கொண்டிருந்தார்.

சற்றுநேரத்தில் ரீஜனல் மேனேஜர் கிளம்பிச்சென்றவுடன், அறையை விட்டு வெளியேவந்த அவனது மேனேஜர் எப்போதும்போல திட்ட ஆரம்பிக்க, இப்போது அவரைப் பார்க்கவே பரிதாபமாக இருந்தது, எப்போது எரிச்சலாகும் ராஜுக்கு!

பணிவிடை

படுத்த படுக்கையாகக் கிடந்தாள் யாராலும் கொல்லமுடியாத அந்தச் சூனியக்கிழவி.

ஊரிலுள்ள அனைவருக்கும் அத்தனைக் கொடுமைகள் செய்திருந்த அவளுக்கு, அவளைவிட வயதில் மூத்த நான், அவள் மனம் கோணாமல் தொடர்ந்து பணிவிடை செய்வதைப் பார்த்து பலரும் பரிதாபப்பட்டனர். என்னுடைய அன்பைப் பார்த்து சிலர் ஆச்சர்யப்பட்டனர்.

இறுதியாக,

அவள் இறந்த நாளன்று, அவள் பறித்து வைத்திருந்த எனது இளமையை நான் மீட்டுக்கொண்டபோதுதான் எல்லோருக்கும் புரிந்தது...

...என் அன்புக்கான உண்மையான காரணம்!

பிறந்தநாள் பரிசு

"இல்லம்மா... ஆஃபிஸ்ல மீட்டிங் லேட்டாய்டுச்சு... ட்ராஃபிக்ல மாட்டி, ஃப்ளைட்டைப் பிடிக்க முடியல... நாளைக்குத்தான் டில்லியிலிருந்து கிளம்ப முடியும்... உன் பிறந்தநாளுக்கு ஒரு சர்ப்ரைஸ் கிஃப்ட் வெச்சிருந்தேன்... அதைக் குடுக்க முடியல பாரு..."

என்று புலம்பிய சிவா, மனைவி ஆஷா தன்னைத் திட்டுவதற்குப் பதில் ஆனந்தமாய் அழுவதைப் பார்த்துக் குழப்பமடைந்தான்...

"டெல்லி ட்டு கோவை விமானம் பழுதடைந்து விபத்துக்குள்ளானது"

...என்ற டிவி ஃப்ளாஷ் நியூஸ், ஆஷா முன்னால் ஓடிக்கொண்டிருந்தது தெரியாமல்!

காலம்

"ஸ்டா.......ப்"

சாலையின் குறுக்கே திடீரென ஓடிய நாய்க்குட்டி மீது மோத வந்துகொண்டிருந்த லாரியைப் பார்த்தவுடன் அலறினாள் மஹிமா.

மஹிமா கத்திய அந்த சப்தத்தில் லாரி மட்டுமல்ல... சாலையில் விரைந்துகொண்டிருந்த அத்தனை வாகனங்களும் உறைந்து நிற்க, காலமும் ஒருகணம் அப்படியே உறைந்து நின்றது.

எல்லாம் அசைவற்று அப்படியே நின்றிருக்க, மஹிமா விரைவாக ஓடிச்சென்று, அந்த நாய்க்குட்டியைத் தூக்கி ஓர் ஓரமாக, பாதுகாப்பான இடத்தில் விட்டுவிட்டு, 'இப்போது நீங்கள் போகலாம்' என்பதுபோல புன்னகையுடன் தலையசைத்தாள்.

மீண்டும் வாகனங்கள் ஓடத்தொடங்கின. கூடவே காலமும் வேகமாக ஓடத் தொடங்கியது, உறைந்து நின்ற தன் தாமதத்தைச் சரிசெய்ய.

...உறைந்து நின்ற தன் தாமதத்தைச் சரிசெய்ய!

பாலினம்

விடுமுறையில், மகனை ட்ரம்ஸ் வகுப்பிலும், மகளை டான்ஸ் வகுப்பிலும் சேர்த்துவிட்ட தந்தை,

"எப்படியாவது ரெண்டு பேரையும் நல்லா பர்ஃபார்ம் பண்ண வெச்சிடுங்க சார்..."

என்று, அந்த கோச்சிங் க்ளாஸ் மாஸ்டரிடம் கேட்டுக்கொண்டிருந்தார்.

அதேசமயம் டான்ஸ் ஆடும் போஸ்டரை மகனும், ட்ரம்ஸ் வாசிக்கும் போஸ்டரை மகளும் ஏக்கத்துடன் பார்த்துக்கொண்டிருந்த தன் குழந்தைகளைப் புரிதலுடன் பார்த்த அம்மா...

'விருப்பங்களை பாலினம் தீர்மானிப்பதில்லை' என்பதை தன் கணவரிடம் எப்படிப் புரியவைப்பது என்று யோசித்துக்கொண்டிருந்தார்!

காதலுக்கு மரியாதை

துளசி பாட்டி என்றாலே அனைவருக்கும் பயம்.

எப்போதும் வைதீகம், சுத்தம் என்றிருந்த பாட்டியிடம் அப்பாவும் அத்தையும் வயதான பின்னும் பணிந்தேதான் பேசுவார்கள்.

'அத்தையின் சிறுவயதுக் காதல்திருமணம் நடக்காமல் போனதற்கு பாட்டிதான் முதல் எதிரியாக இருந்தார்' என்று அம்மா சொல்லிக் கேட்டதும் உண்டு.

இப்போதும் டிவியில் காதல்காட்சிகள் வந்தால், அவர் எங்களைப் பார்க்க விடமாட்டார்.

காதல் என்றாலே அப்படிக் கசக்கும் துளசி பாட்டிக்கு.

துளசி பாட்டி இறந்தபிறகு, அவரது அலமாரியைச் சுத்தம் செய்கையில், அடுக்கி வைக்கப்பட்டிருந்த புத்தகங்களில் ஒன்று கீழே விழ, விழுந்த புத்தகத்தில் பொக்கிஷம்போல எட்டிப்பார்த்தது பழுப்பு நிறக் கடிதம் ஒன்று.

ஆவலுடன் அதைப் பிரிக்க, 'பிரியமுள்ள துளசி...' என்று தொடங்கி யிருந்தது அந்தக் கடிதம்.

...சத்தியமாக அது தாத்தாவின் கையெழுத்தில்லை!

உண்மை அன்பு

"அன்கன்டிஷனல் லவ் என்பதெல்லாம் வெறும் மாயை. அப்படி ஒன்று கிடையவே கிடையாது."

தான் பார்த்த செகண்ட் ஷோ படத்தின் இந்தக் கருவை யோசித்தபடி, ஒரு பெட்டிக்கடையின் வாசலில் நின்று, சிகரெட் ஒன்றை வாங்கி பற்ற வைத்தான் அருண்.

"ஏம்பா... வளர்ற பையன் இந்த ராத்திரில முழிச்சிருக்கறதும் இல்லாம, சிகரெட் வேற பிடிக்கறயே... உடம்பு என்னத்துக்கு ஆகறது..?"

என்று அவனைக் கேட்டபடியே பெட்டிக்கடையில் இருந்து இறங்கி நடந்து போனார்...

...அருண் யாரென்றே தெரியாத, அந்தப் பெட்டிக்கடையின் எதிரில் இருந்த ஏடிஎம்-மின் வயதான வாட்ச்மேன்!

பரிசு

நிற்க நேரமில்லை.... எப்போதும் வேலை, வேலை என பரபரப்புதான்.

30 வயதிற்குள்ளாகவே உலகெங்கும் சென்று படிப்பு, தொழில் என அனைத்திலும் பேரும் புகழும் பெற்றாகிவிட்டது. உலகின் இளம் தொழில்முனைவோர் விருதையும் பெற்றாகிவிட்டது. இன்று நியூயார்க்கில் இருந்து, நாளை ஜப்பான் செல்வதற்கு முன், இந்தியா சென்று இவை எல்லாவற்றிற்கும் காரணமான தந்தைக்கு, ஒரு சிறந்த பரிசை அளிக்கவேண்டும் என்று முடிவு செய்தான் ஆதவ்.

எத்தனைக் கடைகளில், எவ்வளவு விலையுயர்ந்த பொருட்களைத் தேர்ந்தெடுத்த போதிலும், எதிலும் மனம் திருப்தியடையாததால், ஆதவ் அவருக்கே ஃபோன் செய்து, "உங்களுக்கு என்னப்பா வேணும்..?" என்று கேட்க,

"வந்து ஒரு வாரம் வீட்டில இருக்கற மாதிரி வாடா... அதுபோதும்" என்றார் அப்பா மறுமுனையில்!

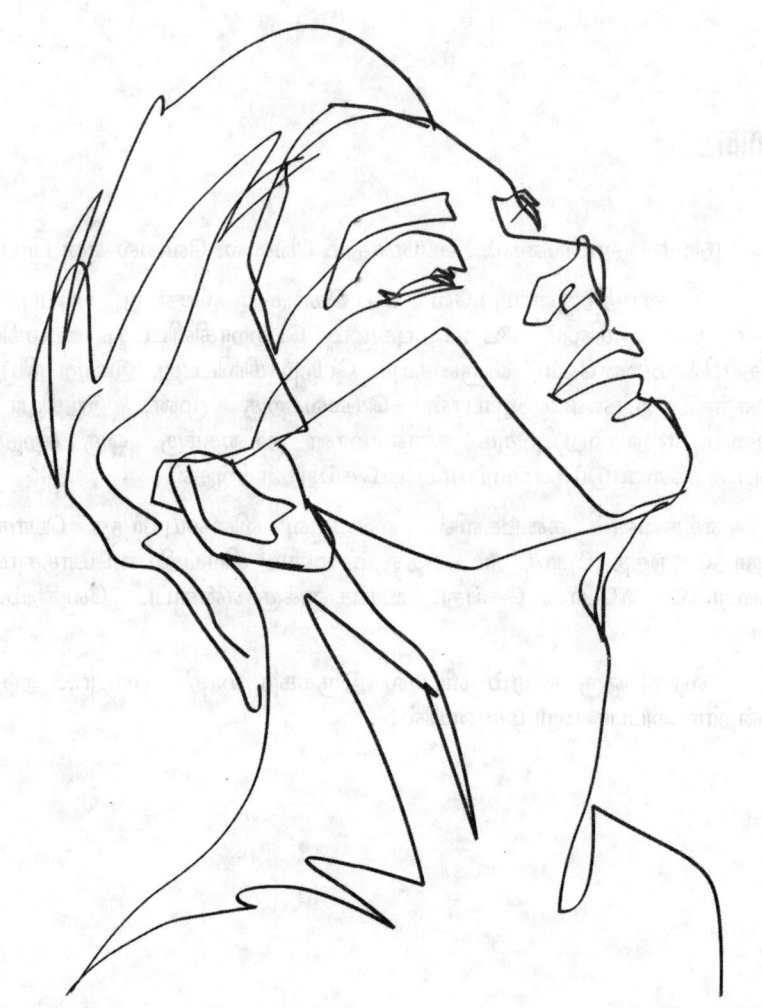

மகாநடி

காட்சிகளைத் தத்ரூபமாக நடிப்பதில் தேர்ந்த கலைஞன் 'மோனோ ஆக்டிங்' கோகுல்.

அவனுடைய புதிய நாடகமான 'நவீன தேவதாஸ்' நாடக சரித்திரத்தில் புதிய சகாப்தம் படைக்கும் என்று எதிர்பார்க்கப்பட்டதுடன், நாடகம் அரங்கேறும் முன்னரே டிக்கெட்டுகள் முழுவதும் விற்றுத் தீர்ந்துவிட, இன்று நாடகத்தின் முதல் காட்சி அரங்கேற்றம்.

உண்மையிலேயே கோகுலின் நடிப்பு அற்புதம் என்பதுடன் காட்சிக்கு காட்சி அப்ளாஸ் அள்ளிக்கொண்டிருந்தது நாடகம்.

க்ளைமாக்ஸில் தன்னைப் பிரிந்து சென்ற காதலியை நினைத்து நெற்றியில் சுட்டுக் கொள்வதாய், விரல்களில் அபிநயித்து கீழே விழுந்தவன் தான்... எழவே இல்லை...

காட்சி முடிந்து கரகோஷம் அடங்கிய பின்னும் கோகுல் எழாததால் குழப்பமானவர்கள், அருகில்சென்று பார்த்தபோது, அவனது நெற்றியிலிருந்து உண்மையிலேயே ரத்தம் கொப்பளித்து வெளிவந்து கொண்டிருந்தது!

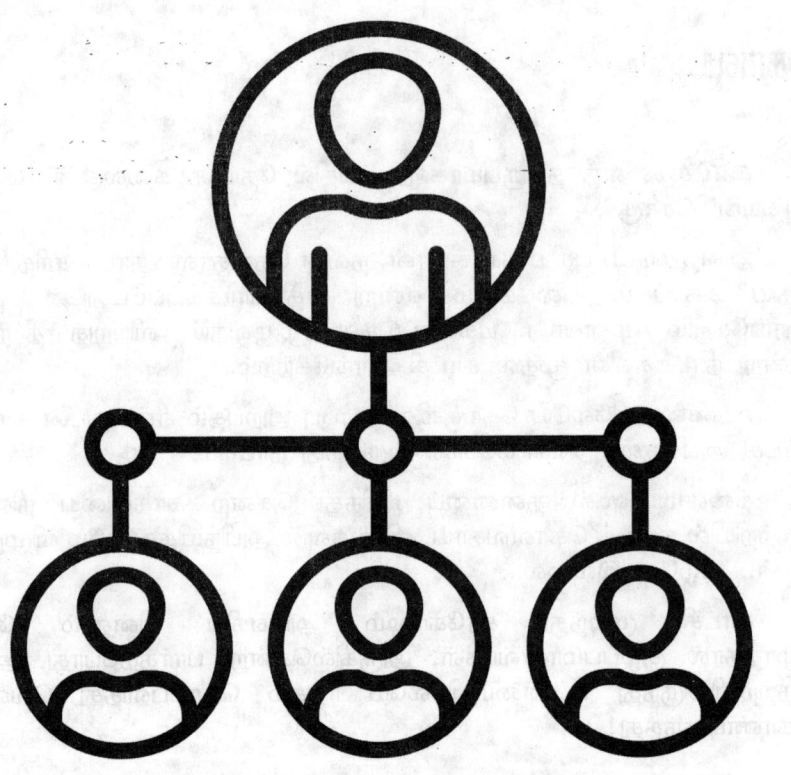

ஆட்குறைப்பு

வருஷம் 2020:

“இந்த தொழிலாளிங்களை வெச்சு வேலை வாங்கவே முடியல... உரிமை கேட்டு போராட்டம்... சம்பளம் அதிகம் கேட்டு போராட்டம்... ஏற்கெனவே ப்ரொடக்ஷன் வேற கம்மி... இதுல் ஓவர்டைமும் செய்யறதில்லை. அதனால, இந்த ஆளுங்களை எல்லாம் நிறுத்திட்டு எல்லா மெஷின்களையும் ரோபோ வெச்சு ஆபரேட் பண்ண ஆரம்பிச்சுட்டேன்.”

வருஷம் 2040:

‘‘ரோபோக்களை வேலைக்கு வெச்சது ஆரம்பத்துல எல்லாம் நல்லாத்தான் போச்சு... இப்ப அதுங்க எல்லாம் ஒன்னு சேர்ந்துகிட்டு, ‘எல்லா வேலையும் நாம செய்யறப்ப, ஒரு மனுஷப்பய எதுக்கு நமக்கு முதலாளியா இருக்கணும்... நம்ம ரோபோல ஒருத்தரை முதலாளியா ஆக்குவோம்னு’ பேசிட்டு இருக்குதுக!’’

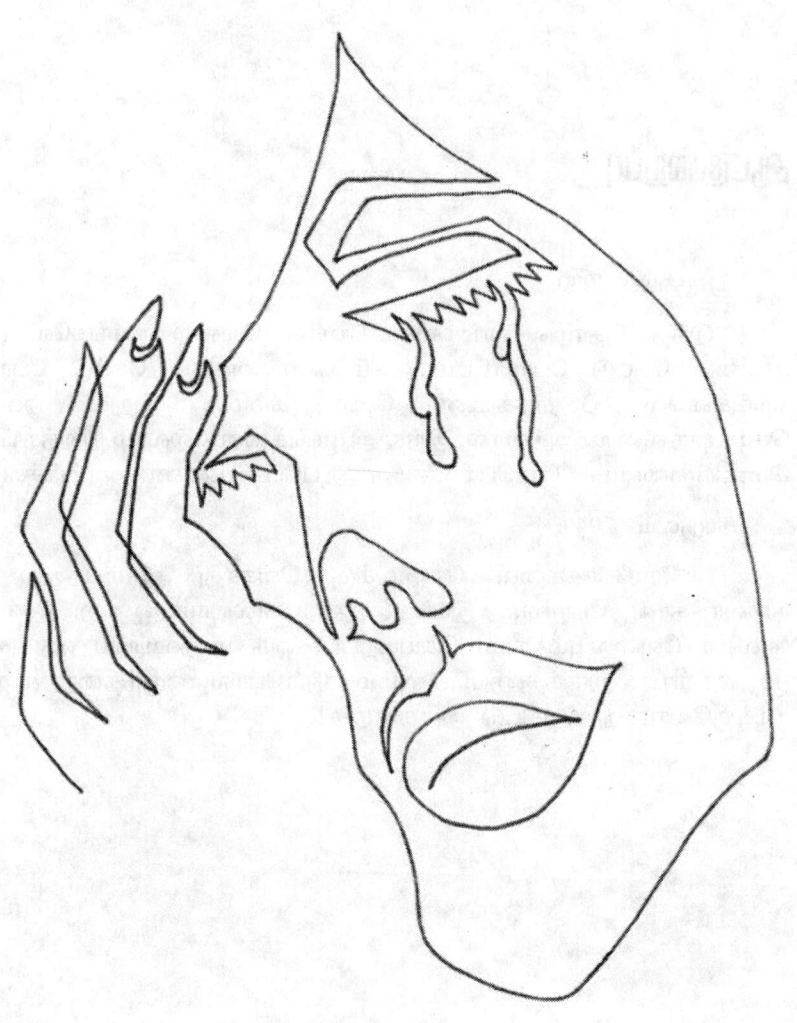

அழுகை

மாமியார்... கணவர்... மகள்... மேனேஜர்... என ஒவ்வொருவரும் ஒவ்வொரு காரணத்தால் மாயாவை இன்று அழ வைத்திட,

சமையலறையில்...

கண்களில் வழிந்த கண்ணீரைத் துடைத்துக்கொண்டே, "என்னை மட்டும் எல்லாரும் ஏன் அழ வெச்சுட்டே இருக்காங்க..?" என்றாள்.

'அறையில் யாருமே இல்லாதபோது இவள் யாரைக் குறை சொல்லிக் கொண்டிருக்கிறாள்' என்று குழப்பத்துடன் ஒன்றையொன்று பார்த்துக் கொண்டன, டேபிளில் ஆம்லெட்டுக்கு அடுத்து அறுபடக் காத்திருந்த அந்த வெங்காயங்கள் இரண்டும்!

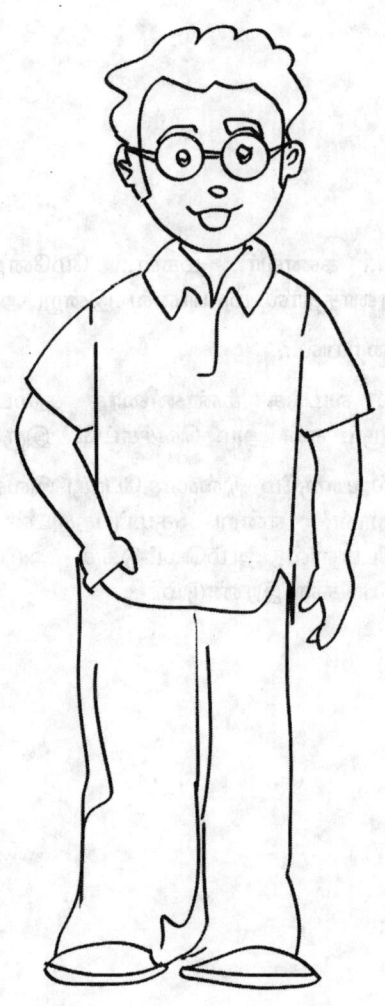

மூன்றாம் வகுப்பு டேவிட்

பள்ளி ஆண்டுவிழாவில் நடந்துகொண்டிருந்த அந்த ‘சூப்பர் ஹீரோ’ மாறுவேடப் போட்டியில் மகாத்மா காந்தி, நேரு, பாரதியார், அப்துல் கலாம், அன்னை தெரேசா, கிருஷ்ணர், ஜீசஸ், ஸ்பைடர்மேன் என ஒவ்வொரு குழந்தையும் தமக்குப் பிடித்த ‘சூப்பர் ஹீரோ’ வேடத்தில் வர...

மூன்றாம் வகுப்பு டேவிட் போட்டிருந்த வேடம் மட்டும் யாரென்று யாருக்கும் தெரியவில்லை.

சாதாரணமாக வேட்டி-சட்டை அணிந்து, முகம் பூராவும் மூடும் அளவில், பெரிய மூக்குக்கண்ணாடியுடன் வந்துநின்ற அவனிடம் நடுவர், குழப்பத்துடன், “யார் நீங்க?” என்று கேட்க...

அவரை நிமிர்ந்து பார்த்த டேவிட்,

“நான்தான் டேவிட்டோட அப்பா...” என்று சொல்லி கண்ணாடியைக் கழட்டி,

“என் அப்பாதான் என் சூப்பர் ஹீரோ” என்றான்!

திருத்தம்

ஹோம்வொர்க் செய்ய தனது நோட்புக்கைத் திறந்த வருண், அம்மாவிடம் கோபமாக,

"பாரும்மா... தம்பி என் நோட்புக்ல கிறுக்கி வெச்சதும் இல்லாம, அதை அழிக்கறேன்னு இப்படிப் பண்ணி வெச்சிருக்கான்... தப்பு பண்றதை மறைக்கறதுக்குத்தான் இந்த எரேஸர் ரப்பர் யூஸ் ஆகும்போல..." என்றான்.

மகனைப் பார்த்துச் சிரித்த அம்மா, புன்னகைத்தபடி சொன்னார்...

"தப்பை மறைக்கறதா இல்லாம, தன்னோட தப்பைத் திருத்திக்க ரெடியா இருக்கறவங்களுக்கும் யூஸ் ஆகும்தானே இந்த ரப்பர்."

வருண் யோசிக்கத் தொடங்கியிருந்தான்!

நுட்பம்

முதன்முதலாக தன்னைப் பார்க்க வந்திருந்த தனது ஏழை நண்பனிடம் பெருமையுடன் சொல்லிக்கொண்டிருந்தான் ஏழாம் வகுப்பு படிக்கும் அஜய்.

"இந்த அலெக்ஸா டெக்னாலஜி எனக்கு ரொம்பவும் யூஸ்ஃபுல்லா இருக்கு. இந்த டைம்க்கு முழிக்கணும், இந்த டைம்க்கு குளிக்கணும், இப்ப சாப்பிடணும், இனி வெளியே கிளம்பணும், இனி வீடு திரும்பணும், இப்ப தூங்கணும்னு அதுவே எல்லாத்தையும் கரெக்ட்டா சொல்லிடும்... அதனால எனக்குக் கவலையே இல்ல" என்றான்.

அதையே பார்த்தபடி, அஜய் சொல்வதைக் கேட்டுக்கொண்டிருந்த நண்பன் அவனிடம் கேட்டான்...

"ஏன் வீட்ல அம்மா இல்லையா..? எனக்கு இதெல்லாம் எங்க அம்மாதான் செய்வாங்க!"

சுதந்திரம்

குழந்தைகள் தன்வியும் தனுஷும் தங்களுக்கு ஸ்ரீ ஆன்ட்டி பரிசாய்த் தந்திருந்த Jigsaw puzzlesஸைப் பிரித்து, ஆர்வத்துடன் அடுக்க ஆரம்பித்திருந்தனர்.

கலந்து கிடந்த அட்டைகளைத் தேடித்தேடி ஒவ்வொன்றாக அவர்கள் அடுக்க, அங்கே ஓர் அழகான பஞ்சவர்ணக் கிளி உருவெடுத்துக் கொண்டிருந்ததை, ஸ்ரீ ஆண்ட்டி புன்னகையுடன் பார்த்துக்கொண்டிருந்தார்.

ஆனால் எவ்வளவு தேடியும் கிளியின் இறக்கைகள் மட்டும் கிடைக்காமல் இருக்கவே, “றெக்கை இல்லாட்டி என்ன... விடுங்க, பறவை பறவைதானே?” என்று கேட்ட ஆண்ட்டியை குழப்பத்துடன் நிமிர்ந்து பார்த்தன குழந்தைகள்.

“அதெப்படி ஆண்ட்டி..? விங்ஸ் இருந்து பறந்தாத்தானே அது பறவை?” என்று கேட்ட தன்வியிடம்,

“அப்படியா..? விங்ஸ் இருந்து பறந்தாத்தான் அது பறவையா..?” என்று கேட்டவாறே ஸ்ரீ ஆன்ட்டி சிட்அவுட்டைப் பார்த்துக்கொண்டிருந்தார். தன்வியும் தனுஷும் ஆசையாய் வளர்க்கும் லவ்பேர்ட்ஸ் அங்கே கீச்கீச்சென்று கத்திக்கொண்டிருந்தன.

புரிந்துகொண்ட தன்வி, ஓடிச்சென்று கூண்டுக்குள் இருந்த லவ்பேர்ட்ஸ் இரண்டையும் சுதந்திரமாகப் பறக்கச்செய்தாள்!

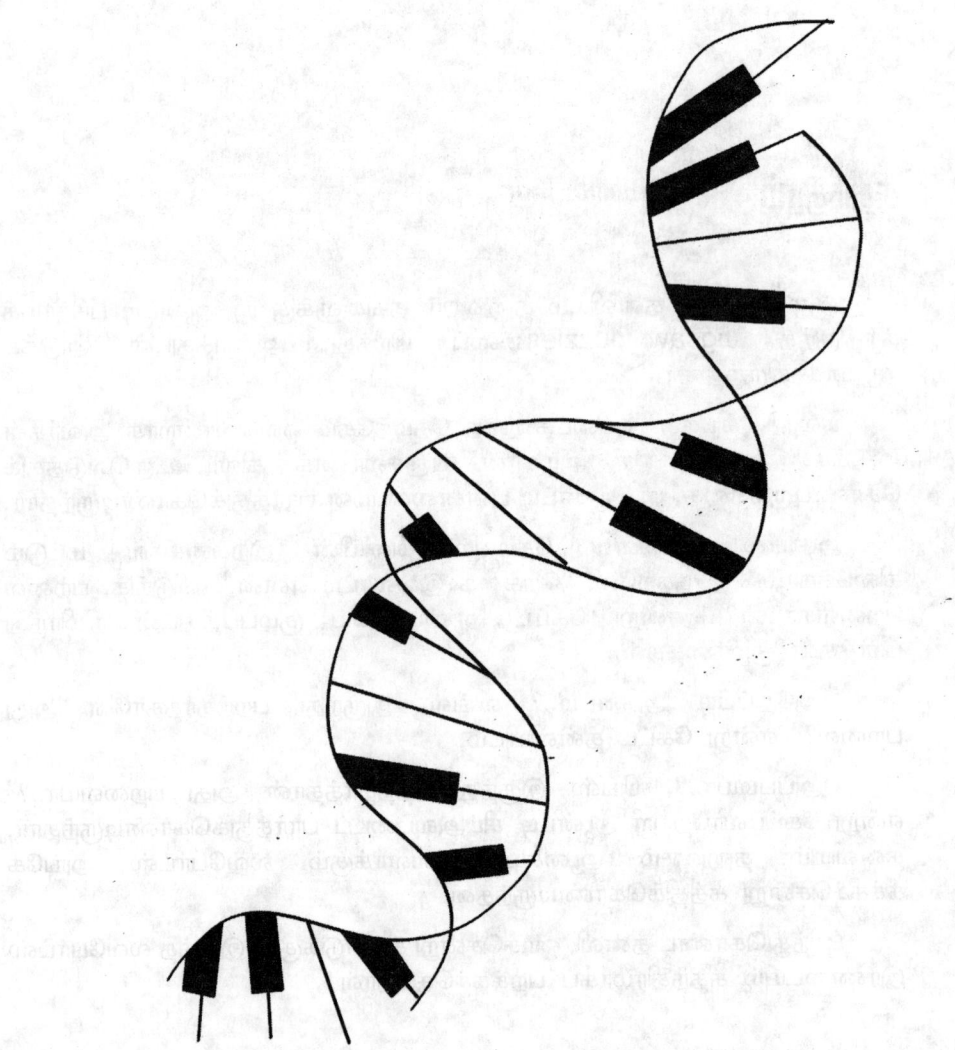

தென்மதுரை வைகை நதி

பள்ளியில், கல்லூரியில் ஏன்... மருத்துவக் கல்லூரியில் படிக்கும் போதுகூட இசையமைப்பாளராகும் கனவோடு படித்தவன்தான் திரு.

படிப்புக்கு இடையேகூட இளையராஜா, இசை, ஆர்க்கெஸ்ட்ராவில் பாட்டு என்று சுற்றினாலும், குடும்பச் சூழ்நிலையால் மருத்துவத் தொழிலை விட்டுப் போக முடியவில்லை. டாக்டர் திரு, இப்போது தமிழகத்தின் சிறந்த அறுவை சிகிச்சை நிபுணர்.

இவ்வளவு நாட்கள் கழித்து ஒரு கருத்தரங்கில் அவனை நான் சந்திக்க, அதில் உரையாடிய அவன், தனது அறுவைசிகிச்சை அனுபவங்கள், அதில் தான் சந்தித்த சவால்கள், அதில் வந்திருக்கும் புதிய நுட்பங்கள் பற்றியெல்லாம் பொறுப்பாகவும் தெளிவாகவும் பேசிவிட்டு, இறுக்கத்துடன் வந்து என்னருகே அமர்ந்தான். மெதுவாக அவனிடம்,

“திரு... என்ன ஆச்சு உன்னோட இசையார்வம்?” என்று நான் கேட்டவுடன், தனது மொபைலைத் திறந்து, அறுவை அரங்கினுள்ளே இருந்த கருவிகளைத் தட்டி அவன் இசையாக உருவாக்கியிருந்த ‘தென்மதுரை வைகை நதி’ வீடியோவை ஆர்வத்துடன் அவன் காட்டும்போது பார்த்தேன்...

...நான் கல்லூரியில் பார்த்த அதே திருவை!

ஒரு டயரிக் குறிப்பு

ஆறு நாளும் தொடர்ச்சியா வேல... ஒரு நிமிஷம்கூட கண்ணை மூட முடியல... முதல்ல ஒளியைப் படைச்சு, அப்பறம் ஆறு கடலைப் படைச்சு, பின்ன மரம், செடிகொடி எல்லாம் படைச்சு, அதுக்குப் பின்ன மீன், மான், பாம்பு, பல்லி, ஆடு, மாடுன்னு அத்தனையும் படைச்சு, கடைசியா, மனசுக்குத் திருப்தியா மனுஷனைப் படைச்சு, அவனுக்குத் துணையா ஒரு பொண்ணையும் படைச்சாச்சு... இனி இந்த உலகத்தைப் பாத்துக்க, அவனுக்குக் கத்துக் குடுத்துட்டா என் வேலை முழுசா முடிஞ்சுடும்... ஆனா, டயர்ட்ல தூக்கம் கண்ணைச் சுழட்ட, அவனைக் கூப்பிட்டு,

"கொஞ்சம் ரெஸ்ட் எடுத்துட்டு வர்றேன்... அதுவரை தோட்டத்தில அந்தப் பொண்ணோட விளையாடு, எதை வேணாப் பண்ணு. ஆனா, அந்த ஆப்பிளை மட்டும் சாப்பிட்றாத"ன்னு சொல்லிட்டு லேசா கண்ண மூடினேன்.

தூக்கத்துக்கு நடுவுல ஏதோ ஒரு கெட்டக் கனவு. கண்ணு முழிச்சுப் பாத்தா, அங்க தோட்டத்துல, அந்த சாத்தான் பேச்சைக் கேட்டுட்டு ஆப்பிளைப் புடுங்கி சாப்ட்டுட்டு இருந்தான், நான் உருவாக்கின அந்த முதல் மனுஷன்.

அதானே... நாம நெனச்சது என்னிக்கு நடந்திருக்கு..?

...கடவுளின் டயரியேதான்!

கல்தோன்றி, மண் தோன்றி...

காட்டில், ஓரிடத்தில் இருந்து இன்னோர் இடத்திற்கு இடம்மாறிக் கொண்டிருந்தது பூமியின் மூத்த ஆதிவாசிக் குடும்பம்.

அங்கு இதுவரை பார்த்திராத ஒரு புதிய செடியைப் பார்த்ததும் ஆவலுடன் அதைப் பறித்தது ஒரு குழந்தை.

அதன் வேருக்கடியில் ஏதோ வித்தியாசமாய் இருப்பதைப் பார்த்து,

"இதென்னப்பா கல்லா... நிறத்தைப் பாத்தா கல்லு மாதிரிதான் தெரியுது... ஆனா, மண்ணுக்கடியில இருக்கே?" என்று குழந்தை கேட்க,

ஆச்சர்யத்துடன் அந்த இடத்தைப் பறித்துப் பார்த்த அப்பா,

"ஒண்ணு இல்ல, ஒரேமாதிரி நிறைய கல்லு இருக்கு. ஆனா, ஏன் இத்தனை கல்லும் ஒரே செடிக்கடியில இருக்கு..?" என்றார்.

ஒரு கல்லைக் கடித்துப் பார்த்த அம்மா, "இந்தக் கல்லைக் கடிக்க முடியுது. வாங்க இன்னிக்கு இதை சமைச்சும் பார்த்துடுவோம்!" என்றாள் உற்சாகமாய்.

அன்று இரவு, அதை வேகவைத்துச் சாப்பிட்ட அவர்கள், மென்மையாகவும் சுவையுடனும் இருந்த அதற்கு 'சாப்பிடும் கல்' என்று பெயர் வைத்தார்கள்!

#முதல் மனிதனும், உருளைக்கிழங்கும்!

ஒப்புதல்

எப்போதும் எதிலும் முரண்பட்ட அந்தத் தம்பதி ஒற்றுமையாய் வாழ, அந்த நியூரோ டாக்டர், ஓர் அறுவைசிகிச்சைக்கு ஏற்பாடு செய்தார்.

இருவரின் மூளைக்குள்ளும் ஒவ்வொரு சிப் பொருத்திவிட்டால், அதற்குப்பின் அவர்களுக்குள் முரண்பாடே வராது. எதிர்வரும் நாட்களில் அந்த சிப் இருவரையும் ஒன்றாகச் சிந்தித்து, ஒரே போல முடிவெடுக்க உதவும் என்று அவர் கூற அந்த சிகிச்சைக்குத் தயாரானார்கள் இருவரும்.

ஆனால், கடைசி நேரத்தில் அந்த அறுவைசிகிச்சை நடைபெறவில்லை. 'I Agree' என்ற இடத்தில் இருவரையும் கையொப்பம் இடச் சொன்ன ஒரே காரணத்தால்!

நியூட்டனின் மூன்றாம் விதி தவறு!

"ஒவ்வொரு வினைக்கும், அதற்கு இணையான எதிர்வினை உண்டு" என்று யாரைப் பற்றியோ மனைவியிடம் கோபமாகச் சொல்லிக் கொண்டிருந்தார் இயற்பியல் ஆசிரியர் இனியன்.

"அன்புக்கு மட்டும் இந்த நியூட்டன் விதி செல்லாது. அது பத்து நூறு மடங்காகத்தான் திரும்பி வரும்... பாருங்கள்" என்றபடி அருகில் விளையாடிக்கொண்டிருந்த மூன்றுவயது மகளுக்கு முத்தமிட்டாள் மனைவி.

ஒன்றுமே புரியாமல் தனக்குத் தந்த அந்த ஒரு முத்தத்திற்குப் பதிலாக, பத்து, இருபது... என முத்தங்களைத் திருப்பித் தந்துகொண்டிருந்தது குழந்தை!

டெடி

தூங்கும்போது எப்போதும் டெடியை இறுக அணைத்துக்கொண்டு தூங்குவாள் சனா.

குழந்தையாக இருந்தபோதிலிருந்து அப்படி அவள் சேர்த்து வைத்திருந்த டெடி பொம்மைகள் மட்டுமே, பக்கத்தில் ஓர் அறை முழுவதும் நிரம்பிக் கிடக்கின்றன.

இன்றிரவும் அதேபோல பெரிய டெடியை அணைத்தபடி சனா தூங்க, அவள் தூங்கியபின்...

...மெதுவாக அவளது கைகளிலிருந்து விடுபட்ட அந்த டெடி, தனது இடத்திற்குச் சென்று, கவனிக்கப்படாமல், பசியுடன் உறங்கிக்கொண்டிருந்த மற்ற குழந்தை டெடிகளுக்கு உணவளிக்கத் தொடங்கியது!

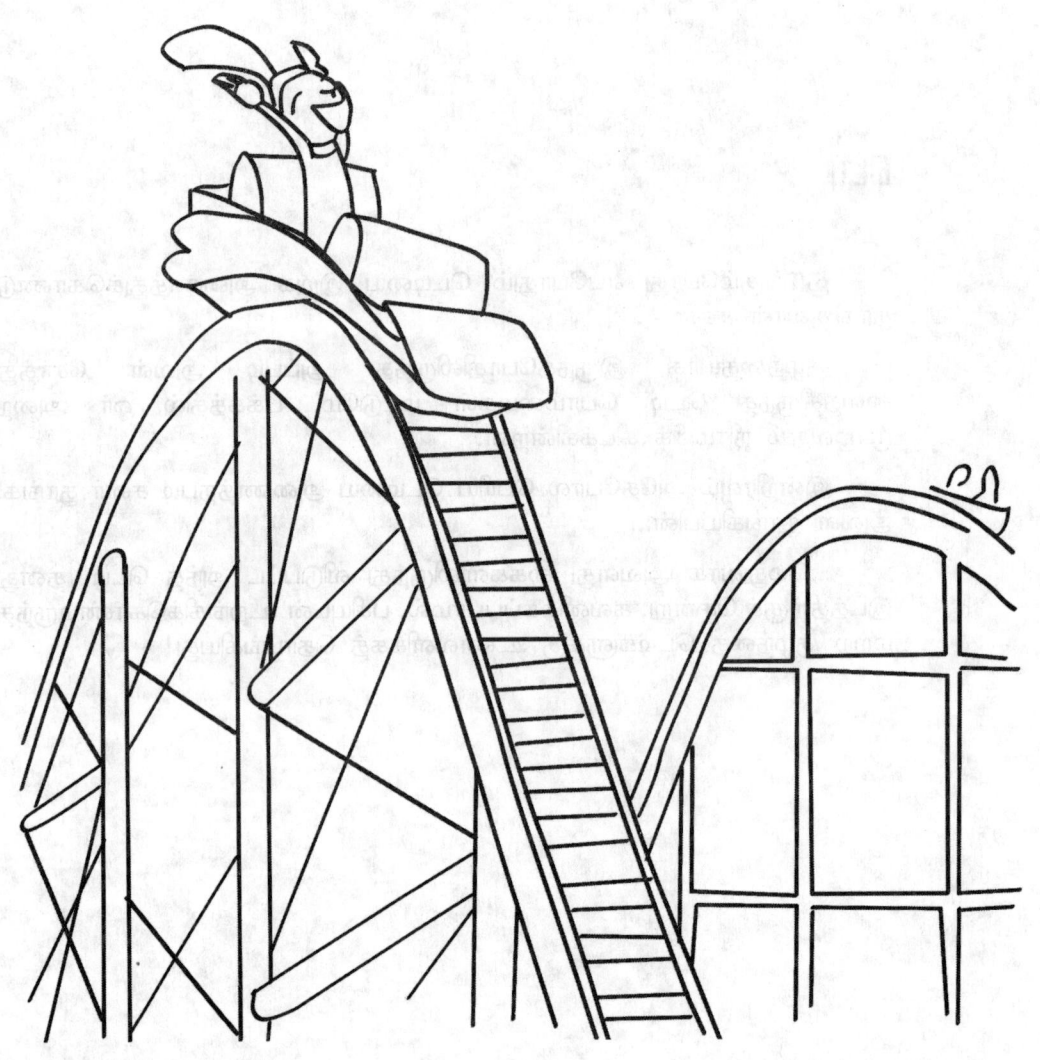

சவாரி

"அட... அதுக்குள்ள முடிஞ்சிருச்சா இந்த சவாரி..?"

"ஆமா... இந்த சவாரி இப்ப முடியப் போகுது. ஆனா உனக்கு இது பிடிச்சதான்னு நீ சொல்லவே இல்லையே..?"

"நல்லாத்தான் இருந்துச்சு... ஆனா, அப்பப்ப போர் அடிச்சது... அதேசமயம் திடீர்ன்னு செம த்ரில்லிங்காவும் இருந்துச்சு... அதுலயும் இந்த கடைசி ட்விஸ்ட்... அதை நான் எதிர்பார்க்கவே இல்ல. ஆமா, இந்த சவாரி இப்ப முடிஞ்சிடுமா..? இன்னும் கொஞ்சம் போக அனுமதிப்பீங்களா..?"

கடவுளிடம் பேசிக்கொண்டிருந்த அவனது ஆன்மாவைப் பார்த்து லேசாகப் புன்னகைத்தார் கடவுள்.

தீவிரக் கண்காணிப்பு பிரிவில், கவலைக்கிடமாக இருந்த ஆனந்த் மெதுவாகக் கண்விழித்தார்!

DR 18091971

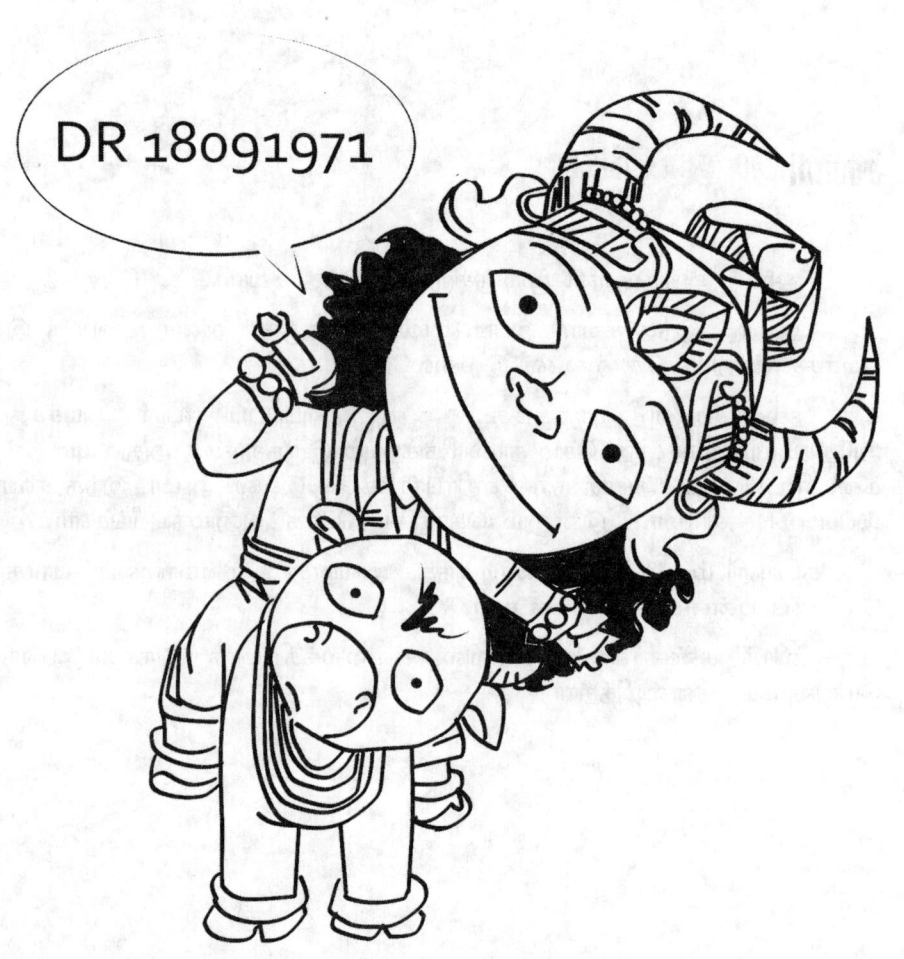

டிஜிட்டல் குழப்பங்கள்

எமலோகத்தின் கதவுகளில் என்னுடைய ஐடி கார்டை ஸ்வைப் செய்து கொண்டிருந்தான், என்னை அழைத்துச்சென்ற அந்த நவீன கிங்கரன்...

நான்கைந்து முறைகள் முயற்சித்தும், 'அக்சஸ் டினைட்' என்று எமலோகக் கதவுகள் திறக்க மறுக்கப்பட, குழப்பத்துடன் திரும்பி என்னிடம், "நீ தானே DR 18091971..?" என்று சந்தேகத்துடன் கேட்டான் அந்த கிங்கரன்.

"ஆம், நான்தான் DR 18091971... ஆனால் அது நானில்லை" என்று நான் சொன்னதும்,

"அது எப்படி சாத்தியம்..?" என்று குழப்பத்துடன் கேட்ட அவனிடம்...

"என் நண்பனோட ஐடி.ல லாகின் ஆகியிருந்தப்ப என்னைக் கூட்டிட்டு வந்துட்டீங்க தல" என்றேன் நான்!

ROMEO
&
JULIET

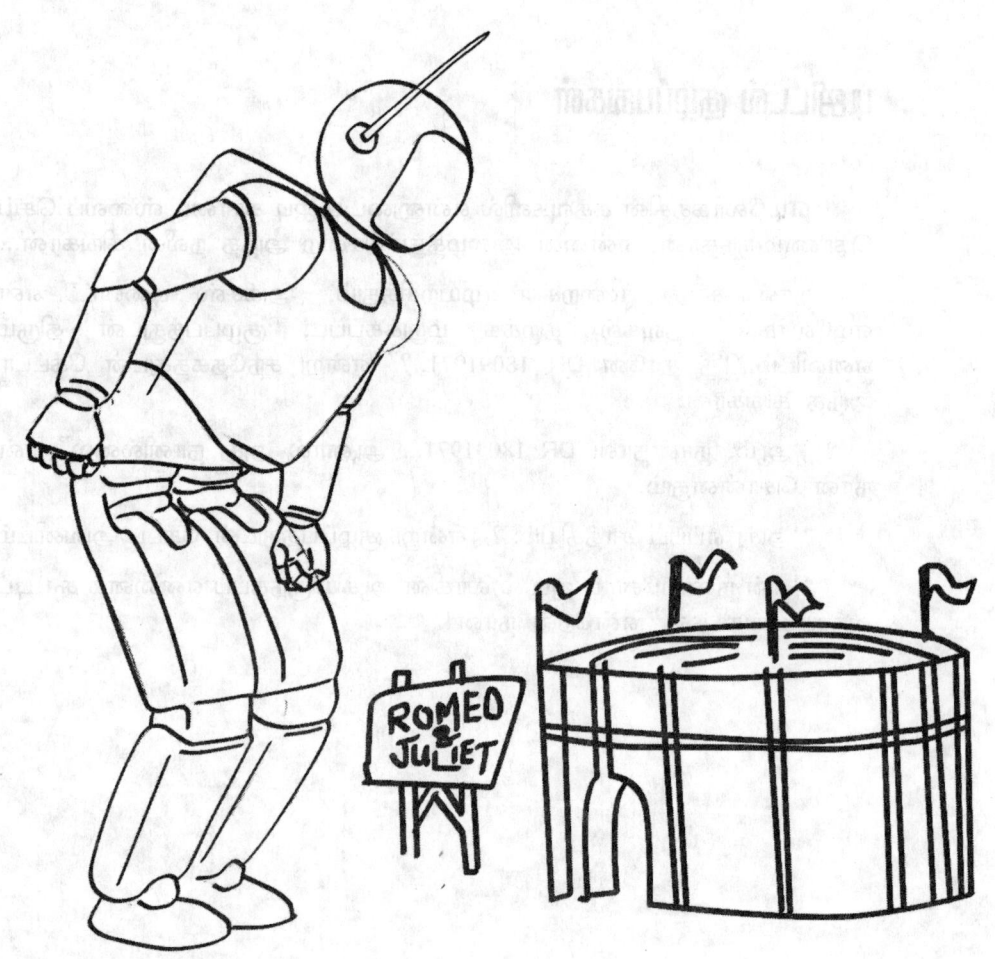

ஆட்டோமேடிக்

வருடம் 3030!

“மனிதர்களைத் துன்பப்படுத்தும் அனைத்தையும் கட்டுக்குள் வைக்க வேண்டும்... அதற்கு இந்த ஆட்டோமேடிக் தொழில்நுட்பம் பெரிதும் உதவும்...” என்று, தனது முதல் ப்ராஜெக்ட்டை, ஆட்டோமேடிக் வாகனங்கள் மூலமாக வெற்றிகரமாக முடித்துக் காட்டிவிட்டது மார்ஸ்லிங்க்.

அதன் ஆட்டோமேடிக் வாகனங்களால் ட்ராஃபிக் இல்லாத, முக்கியமாக, வாகன விபத்துகள் முற்றிலும் இல்லாத அந்த மூன்றாம் உலகத்தை அனைவரும் கொண்டாடி மகிழ, தங்களது அடுத்த ப்ராஜெக்ட் குறித்த மீட்டிங்கைத் தொடங்கியது மார்ஸ்லிங்க்.

விபத்துகள் தாண்டி, மனிதர்களைத் துன்பப்படுத்தும் மற்ற விஷயங்களான... படிப்பு... வேலை... விளையாட்டு... பணம்... என அனைத்தும் ப்ராஜெக்ட்டில் விவாதிக்கப்பட,

அனைத்தையும் பின்தள்ளிவிட்டு முதலாக ஒப்புதல் பெற்றது,

‘ப்ராஜெக்ட் காதல்..!’

சிறிது சயின்ஸ்

"நான் ரொம்பப் பெரியவன்... அதோட, எப்பவும் ரொம்ப சூடா, வெளிச்சமா இருப்பேன்...

என்னோட தங்கை சின்னவ... கொஞ்சம் வெளிச்சம் கம்மியா, ஆனா ரொம்ப அழகா, ரொம்ப குளிர்ச்சியா இருப்பா...

அதென்னவோ தெரியல, பிறந்ததில இருந்தே நாங்க ஒன்னா இருக்கவே முடியல..

நான் வந்தா அவ போயிடுவா, அவ வந்தா நான் போயிடுவேன்...

இப்படியே எப்பவும் இருக்க முடியாம, வருஷத்துக்கு ஒருமுறை இல்ல ரெண்டு முறை, நாங்க ரெண்டு பேரும் ஒன்னா மீட் பண்ணுவோம்.

மீட் பண்ணதும் ஓடிவந்து, அவ என்னைக் கட்டிப் பிடிச்சுப்பா... இல்ல நான் அவளை அணைச்சுப்பேன்.

எங்களோட அந்த நிழல் விளையாட்டப்ப உங்க பூமியில கொஞ்சம் இருட்டாவோ, இல்ல கொஞ்சம் சிவப்பாவோ நாங்க தெரிவோம்...

அப்ப, நீங்க 'கிரகணம்'ன்னு எங்களைச் சொல்றதுகூடப் பரவாயில்ல...

ஆனா, பயந்துட்டு, ஓடி ஒளியறதெல்லாம் கொஞ்சம் காமெடியா இருக்குங்க!"

தொடரும்...

‘‘இவ்வளவு பெரிய புத்தகத்தை நான்தான் முடித்துவைத்தேன்...’’

என, தனக்குப் முன்னே இருந்த அந்த இறுதி வார்த்தையிடம் பெருமையுடன் கூறியது முற்றுப்புள்ளி.

படித்த புத்தகத்தை மூடிய அந்த வாசகன், அங்கிருந்துதான் சிந்திக்கத் தொடங்கியிருந்தான்!

அஞ்சு செகண்ட் அட்டகாசம்!
கதைகளை விமர்சிப்பது நீங்கள்...

"**இது** 'அஞ்சு செகண்ட் அட்டகாசம்' அல்ல, ஒவ்வொரு பக்கத்தையும் படித்து முடிக்க அஞ்சு செகண்ட்தான் ஆகிறது என்றாலும், அடுத்தப் பக்கத்துக்குப் போக அஞ்சு நிமிஷம் வரை பிடிக்கிறது. அப்படி நம்மைத் தேங்க வைக்க, ஏதாவது ஒரு விஷயம் எல்லாக் கதைகளிலும் இருக்கிறது என்பதுதான் இதில் சிறப்பு!"

- எழுத்தாளர் ராஜேஷ்குமார்.

"**இந்த** உலகம் ஒவ்வொருவருக்குமான மீச்சிறு நிகழ்வுகளாலும், மீச்சிறு கதைகளாலும் ஆனது."

- மீனாட்சி சுந்தரம் (மினிமீன்ஸ்).

"ஒவ்வொரு கதையும் வித்தியாசமா, ஆனா ரொம்ப நன்னா இருக்கு!"

- ஓவியர் ராஜன்.

"நிச்சயமாக இந்தப் புத்தகம் பெரிதும் பேசப்படும்!"

- உலகநாதன் கண்ணையா.

"அஞ்சு செகண்ட் மின்னலாய்த் தோன்றி, அட்டகாசப் பெருமழையாய் பொழியவிருக்கும் புத்தக உருவுக்கு மனம் நிறைந்த வாழ்த்துகள்!"

- டாக்டர் நளினி.

"அனைத்தும் அட்டகாசம்!
இன்னும் படிக்காத அட்டகாசங்களை, புத்தகத்தில் எதிர்பார்க்க வைத்துவிட்டீர்கள். விரைவில் புத்தக வாசத்தை சுவாசிக்கக் காத்திருக்கிறான் இந்த வாசகன்..!"

- டாக்டர் கோபாலகிருஷ்ணன்.

"இறையருள் சூழ்க... மென்மேலும் சிறக்கட்டும். வாழ்த்துகளும் வணக்கங்களும் டாக்டர்!"

- கோபால் கோபால்.

"உயிர் காக்கும் பணி. அதைத் தொடர்ந்து எழுத்துப் பணி. இன்னும் எத்தனையோ பணிகள். என்னுள் பெருவியப்பு. பணிகள் சிறக்க என் மனமார்ந்த வாழ்த்துகள்!"

- மகேஷ்வரி பாலரசு.

இப்படிப்பட்ட நேர்மறையான விமர்சனங்கள் நிறைந்த இந்த 'அஞ்சு செகண்ட் கதை'களுக்கு முக்கியமான எதிர்மறை விமர்சனங்களும் உண்டு... அது உங்கள் பார்வைக்கு..!

"**அ**ம்மா... பேருதான் 'அஞ்சு செகண்ட் அட்டகாசம்'னு வெச்சிருக்கயே தவிர, ஒரு கதைகூட அஞ்சு செகண்ட்ல புரியல... இதுக்கு இவ்வளவு மெனக்கெடறதுக்கு, பேசாம ஒரு மெடிக்கல் த்ரில்லர் எழுதியிருக்கலாம்மா. சரிசரி... புக் அட்டை டிஸைன் மட்டுமாவது என் சாய்ஸ்க்கு விடு!"

- டாக்டர் விஷ்ணு சசி.

"**இ**ந்தக் கதைகள் எல்லாம் கமல் படம் மாதிரி... ஒருமுறை படிச்சா புரியாது... படிக்கப்படிக்கத்தான் புரியும்!"

- அன்புக் கணவர்.

இதேபோல, கதைகளைப் பற்றிய உங்களது விமர்சனங்களையும் இந்த மின்னஞ்சலுக்கு அனுப்புங்கள்: savidhakaramadai@gmail.com

ஆம்... ஒரு படைப்பாளிக்கு, விமர்சனங்களைக் காட்டிலும் சிறந்தொரு வழிகாட்டி வேறு இல்லை!

நன்றி!

- டாக்டர் சசித்ரா தாமோதரன்.